तणावमुक्त कसं जगावं?

तणाव तर आहेच, मुक्त होण्याचे उपाय काय आहेत?

या विषयावर बरंचसं साहित्य तुम्हाला बाजारात सापडेल, पण हे पुस्तक ओशो यांच्या प्रवचनांवर आधारित आहे, ज्याचा मुख्य बिंदू आहे - "ध्यान". ओशो म्हणतात, तुम्ही कितीही प्रश्न विचारा, सर्व प्रश्नांचं एकच उत्तर आहे - "ध्यान".

पद्धत काय आहे?

तणाव का येतो, त्यापासून मुक्त कसं व्हावं? हे जाणण्यासाठी चला पुस्तक सुरु करूया. पानं उलटत राहा, उलटत राहा, उत्तर सापडेलच. आशा आहे की हे पुस्तक तुम्हाला तणावमुक्त होण्यासाठी योग्य मार्गदर्शन करेल.

तणावमुक्त कसं जगावं?

(ओशोंच्या प्रवचनांवर आधारित)

प्रस्तुति

स्वामी आनंद सत्यार्थी

(पी.एच.डी, रेकी ग्रँडमास्टर)

डायमंड बुक्स

www.diamondbooks.in

प्रकाशक : डायमंड पॉकेट बुक्स प्रा. लि.
X-30, ओखला इंडस्ट्रियल एरिया, फेज-II
नवी दिल्ली-110020
फोन : 011-40712200
ई-मेल : wecare@diamondbooks.in
वेबसाइट : www.diamondbooks.in
संस्करण : 2024

तणावमुक्त कसं जगावं?
Tanavmukt Jeevan Kaise Jiyen (Marathi)
By : *Swami Anand Satyarthi*

प्रस्तावना

जीवनात तणाव आहे. लहान बाळ आईच्या पोटात काहीच तर करत नसतं, तणावरहित असतं; मूल जन्माला येतं, जगात प्रवेश केल्यावर पहिल्या श्वासासोबतच व्याप सुरु होतात. मुलाच्या जीवनात तणाव घेऊन येण्याची सोय करतात मुलाचे आईवडील. कुटुंबात कसे राहतात ते सगळं मूल ग्रहण करत असतं, पती पत्नी भांडतात की प्रेमाने राहतात, मूल सर्वकाही शिकतं कुटुंबात. आणि काही कसर राहिली असेल तर आपली जहरीली महत्वाकांक्षी, अहंकाराचं पोषण करणारी शिक्षण व्यवस्था म्हणजे प्रथम येण्याची स्पर्धा ती पूर्ण करते.

तणाव तर आहेच, मुक्त होण्याचे उपाय काय आहेत?

या विषयावर बरंच साहित्य तुम्हाला बाजारात सापडेल, पण हे पुस्तक ओशो यांच्या प्रवचनांवर आधारित आहे, ज्याचा मुख्य बिंदू आहे 'ध्यान'. ओशो म्हणतात, तुम्ही कितीही प्रश्न विचारा, सर्व प्रश्नांचं एकच उत्तर आहे - 'ध्यान'. ध्यान करत राहा, प्रश्नांचं उत्तर मिळेल असं नाही होणार. ध्यान करता करता आपली अंतर्दृष्टी विकसित होईल तेव्हा आपलं मन आरपार पाहू शकेल, आशय-अनाशय यातला फरक ओळखू लागेल, तेव्हा त्याला प्रश्नांच्या व्यर्थतेची जाणीव होईल. सगळे प्रश्न असेच गळून पडतात जसं की - लहान मूल गोट्या खेळतं, हार-जितीवर दुःखी आणि प्रसन्न होतं. त्या गोट्यांना आपली संपत्ती मानतं. परंतु जसं मूल मोठं होतं गोट्या सोडून देत नाही, त्या सुटतात. मग पैसा पकडतं. कधी कुणी प्रौढ होतं तर मग पैशाची व्यर्थता समजते. त्याची पकड सुद्धा सुटते, असेच प्रश्न देखील गळून पडतात. जसजसे प्रश्न गळून पडतात, तणाव कमी होत जातो. **काय आहे मार्ग? तणाव का येतो, मुक्त कसं व्हावं. जाणून घेण्यासाठी चला पुस्तकाची सुरुवात करूया. पानं उलटत राहा, उलटत राहा, उत्तर मिळेलच, अशी कामना करतो.**

काही उणीवा आणि त्रुटी राहिल्या असतील तर सूचना पाठवण्यासाठी वाचकांना आणि विशेषज्ञांना आमचं हार्दिक आमंत्रण आहे.

-स्वामी आनंद सत्यार्थी

अनुक्रमणिका

1.

तणावाने भरलेल्या जीवनात ध्यानाची उपयुक्तता

मनुष्य जे काही करतो, ते सुखासाठी करतो. पण सुख कधी मिळतं का? ते मिळत नाही, फक्त जाणीव होते की मी सुखात आहे. थोड्या वेळाने आपण लगेचच दुःखाकडे परततो. सुख मिळवण्याचे सगळे प्रयत्न निरर्थक सिद्ध होतात. एका गरीब माणसाला अशी आशा असते की पैसा मिळाला की मी सुखी होईन. पण सुख आणि पैसा यांच्यात सदैव एक अंतर असतं. जसं की एका गाढवावर एक माणूस एका काठीला गवत बांधून बसला आहे आणि गवत गाढवाच्या तोंडापासून एक फुटाच्या अंतरावर असतं. गाढव समोर दिसणारं गवत खाण्यासाठी दिवसभर चालतं, पण तरीही ते गवत खाऊ शकत नाही. मनुष्यासोबत हेच होतं. सुख अगदी जवळ दिसत असतं. मनुष्य विचार करतो की उद्या मिळेल पण उद्या ते मिळत नाही आणि मग काळ येतो.

दुःख आहे, तणाव आहे, हे वास्तव आहे. का आहे? अहंकार, वासना, लोभ, ईर्ष्या, क्रोध यामुळे आपण दुःखी आहोत. जसजसं दुःख वाढतं, निराशा वाढते तसा तणाव येतो. शरीर आणि मनात तणाव साचतो. शरीरात तणाव साचत चालला आहे. हे आपल्याला कसं कळू शकतं?

एक माणूस सिगरेट ओढतोय, दुसरा माणूस बोलतोय, कारण तो रिकामटेकडा बसू शकत नाही, तोंड चालत राहिलं पाहिजे. जिथे स्त्रियासुद्धा सिगरेट ओढू लागल्या आहेत तिथे स्त्रिया गप्पा कमी मारताहेत आणि जिथे सिगरेट ओढत नाहीत तिथे पुरुषांपेक्षा जास्त तोंड चालवतात. इतकं तोंड चालत राहणं हे आतलं मन अशांत असण्याचा पुरावा आहे. मनाचा वाणीशी घनिष्ट संबंध आहे, कारण मन वाणीतूनच प्रकट होतं. मन खूप बेचैन आणि त्रस्त असल्याने तोंड दिवसरात्र चालू आहे, काहीतरी बोलायचं आहे, काहीतरी

म्हणायचं आहे. जेव्हा त्रास वाढतो तेव्हा शरीराचे इतर अवयव देखील चालू लागतात. एक माणूस खुर्चीवर बसला आहे, फक्त पाय हलवतोय, कुणीतरी त्याला विचारलं की अरे भावा, काय झालंय, तुझे पाय का हलताहेत? अचानक त्याचे पाय हलायचे थांबतील आणि तो माणूस तुमच्याकडे खूप रागाने पाहू लागेल. तणावामुळे तोंडासोबत हातपाय आणि इतर अवयव सुद्धा हलवण्याची आवश्यकता भासते.

जर आपल्याला हवं असेल की तणाव, दुःख यातून मुक्त व्हावं, शांत आणि आनंदपूर्वक जीवन जगावं तर काही गोष्टी समजून घ्याव्या लागतील. पहिली गोष्ट म्हणजे आपण दुःख पकडून ठेवतो. कसं सुटायचं आणि का?

जेव्हा केव्हा तुमचा कोणी मित्र तुम्हाला भेटतो, तेव्हा तो विचारतो, कसं काय आहे सगळं? तर आपण एकदा म्हणतो, ठीक आहे. पण लवकरच दोघेही आपली रडगाणी गाऊ लागतो आणि वाट बघतो की समोरचा माणूस आपल्या दुःखाप्रती सहानुभूती केव्हा दाखवेल. त्याने जर सहानुभूती दाखवली नाही तर तो आपल्याला आपला मित्र सुद्धा वाटत नाही. दुःखाशिवाय जीवन रिकामं, रितं वाटतं. दुःख आहे तर बोलायला काहीतरी विषय आहे. दुःख नसेल तर बोलणार तरी कशाबद्दल. एकदा एक वकील महिला माझ्याकडे आली, म्हणायला लागली, गेल्या चार वर्षांपासून सर्दीने त्रस्त आहे, सर्व इलाज केले. जे उपाय मी सुचवले, ते सगळे तिने करून झाले होते. मग ती ठीक का होत नव्हती. ती सर्दीला सोडू इच्छित नव्हती. का? कारण सर्दी नसेल तर बोलायला काही विषय राहणार नाही आणि काम न करण्याचा काही बहाणाही मिळणार नाही. दुःख पकडून ठेवण्याच्या मनाच्या लुच्चेगिरीला समजून घेण्यासाठी जागरूक राहिलं पाहिजे.

जागरूक म्हणजे काय?

भगवान श्रीकृष्णाने गीतेमध्ये सांगितलं आहे, योगी तो आहे जो जागेपणाने जगतोय. भगवान महावीरांनी म्हटलं आहे असुत्ता मुनि - म्हणजे जो जागेपणी जगतोय तो. त्यांनी असं म्हटलं नाहीये की जो नग्न उभा आहे किंवा ज्याने तोंडावर पट्टी बांधली आहे तो मुनी आहे.

जसं की, जर आपण जागे असलो तर चोर चोरी नाही करू शकत, त्याचप्रमाणे आपण जागे झालो तर अहंकार, लोभ, वासना, तृष्णा इत्यादी आपल्यावर वर्चस्व नाही मिळवू शकत. ज्यामुळे आपण दुःख आणि तणावात जगतो.

पहिली गोष्ट जागरूक होणं म्हणजे जागेपणी जगणं ही आहे. त्यामुळे दुःख आणि तणाव जाणवणार नाही.

भगवान कृष्णाने गीतेत म्हटलं आहे की कर्म करा, फळाची इच्छा धरू नका. म्हणजे कर्त्याची भावना नसली पाहिजे, म्हणजे साक्षी राहून कर्म करा. आपण गप्पा तर खूप मारतो, शेकडो वर्षांपासून आपण म्हणत आलोय की गीतेत हे म्हटलंय, ते म्हटलंय, पण कर्त्याचा भाव गेला का? कधी हे जाणून घेतलं का की मी मरणार नाही? शरीर मरणार आहे? कुठलं कर्म फळाच्या आशेशिवाय केलं का? बिर्ला यांनी इतकी मंदिरं बनवली ती देवाची मंदिरं नव्हे तर बिर्ला मंदिरं म्हणवली जातात. मारवाडी भाषेत एक म्हण आहे - **"ऐस की चोरी करे, करे सुई का दान, चढ़ चौबारे देखे, कद आसी विमान"**. म्हणजे सुईचं दान केल्यावर छतावर चढून माणूस पाहतो की स्वर्गात जाण्यासाठी विमान केव्हा येतंय? दान केल्यावर सतत अशी भावना असते की मी दान केलं. दुसरी गोष्ट आहे साक्षी राहून कर्म करणं. तर मग दुःख, तणाव होणार नाही. ज्या परिस्थितींमुळे आपण दुःखी आणि तणावात आहोत त्या आपण बदलू शकत नाही. तर मग आपण काय करायचं? मनःस्थिती बदलू शकतो म्हणजे आपली नजर बदलू शकतो.

आता प्रश्न उभा राहतो की जागरूक राहून कसं जगायचं? साक्षी राहून कर्म कसं करायचं? मनःस्थिती कशी बदलायची? ओशो म्हणतात, हे सगळं शक्य आहे, जर नियमितपणे, धैर्याने ध्यान केलं तर.

2.

ओशोंनी रचलेले ध्यानाचे नियम तणावापासून मुक्ती कशी मिळवून देतात?

आजकाल तथाकथित संत, महात्मा म्हणतात की कलियुग आहे, नामाचा आधार, म्हणजे नामाचा जप केला तर भवसागरातून तरून जाऊ शकतो. ओशो म्हणतात, अशांत मन नामाचा जप करूच शकत नाही. माझे एक मित्र वहीमध्ये सतत राम-राम लिहीत राहायचे. भावासोबत व्यापार करायचे, भावाने स्वतःचं काम वेगळं करून घेतलं तर हे राम-राम लिहायचे. मी केव्हाही गेलो तर राम-रामच लिहीत असायचे. मला पाहून वही बंद करायचे. एक दिवस मी राम-राम लिहिताना पाहिलं तर मी म्हटलं पैसा-पैसा लिहून पैसा नाही मिळणार. पैसा कमवायचा असेल तर कुठलातरी व्यापार करा, धंदा करा. थोडे दिवस तर ते माझ्यावर नाराज होत राहिले. एक दिवस म्हटलं, मित्रहो, थोडा विचार करा. तुम्ही जेव्हा भावासोबत व्यापार करत होता, तेव्हासुद्धा कधी राम-राम लिहिण्याचा विचार केला, की नाही? कारण तेव्हा तुम्ही पैसा मोजत होता, आता राम-राम मोजता, पण मोजायचा तर तुम्हाला पैसाच आहे.

मित्र विचारी होते, राम-राम लिहिणं बंद झालं. मग एक दिवस स्वतःहून म्हणाले, तुम्ही बरोबर बोलत होता, लिहीत तर मी राम-राम होतो पण मोजायचे तर मला पैसेच होते. आता पुन्हा व्यापार सुरु झाला तर राम-राम लिहिणं आपोआप बंद झालं.

अशांत मन नामाचा जप कसा काय करू शकतं? मन अशांत असेल तर ध्यान लागू शकत नाही. सर्वात आधी शरीर आणि मनाच्या तळाशी साचलेली अशांती विसर्जित केली म्हणजे बाहेर काढणं आवश्यक आहे. आणि ओशोंनी शरीर आणि मनाच्या अशांतीचं विसर्जन करण्याचे नियम विकसित केले आहेत.

आपण जेवतो, पाणी पितो, त्यानंतर पोट साफ होणं सुद्धा तितकंच जरुरी आहे जितकं जेवण. रोज जेवण आणि रोज पोट साफ. आपण पूर्ण दिवस विचारांचा, ज्ञानाचा संग्रह करत असतो, वर्षानुवर्षं, जन्मोजन्मी करत आलो आहोत, कसा? मित्रांशी बोलून, वृत्तपत्र आणि मासिकांमधून, रेडिओ, टीव्हीमधून. या सर्व माध्यमांतून विचार ग्रहण करतो, पण या विचारांचं आणि ज्ञानाच्या कचऱ्याचं विसर्जन करत नाही ज्यामुळे हळूहळू मन जड होत जातं आणि तणाव निर्माण होतो, कारण अनेक विचार चांगले सुद्धा असतात आणि काही विचार चांगले वाटत नाहीत आणि एकसारखी त्यांची आठवण येऊन आपण तणावाने भरून जातो. जेव्हा मनावर तणाव जास्त होतो तेव्हा मन तो तणाव शरीरात फेकून देतं आणि मग शरीरात त्याची लक्षणं प्रकट होतात, जसं की तोंड चालू राहिलं पाहिजे बोलण्यात किंवा मग सिगरेट ओढण्यात. जेव्हा त्रास, तणाव आणखी वाढतो तेव्हा शरीराचे इतर अवयव सुद्धा हलू लागतात जसं की एखादा माणूस खुर्चीवर बसला आहे आणि पाय हलवतोय. तणाव आणखी वाढला की वेगवेगळे रोग शरीरात प्रकट होतात.

ओशो म्हणतात, या विचारांचं, ज्ञानाचं ज्यामुळे तणाव येतो, त्यांचं विसर्जन करणं आवश्यक आहे. मन आणि शरीराच्या स्तरावर जो तणाव आणि बेचैनी आहे, त्यांचं विरेचन म्हणजे विसर्जन म्हणजेच ते बाहेर फेकणं आवश्यक आहे. ओशोंनी नवीन ध्यानाचे नियम विकसित केले आहेत, ज्यातली पहिली पायरी विरेचनाची आहे. या विरेचनाच्या/ रेचनाच्या ध्यान प्रयोगातून नियमितपणे गेल्यावरच नामाचा जप आणि मौन सोपं होऊन जातं.

ओशोंनी रचलेले ध्यानाचे विधी पूर्णतः वैज्ञानिक आहेत, अत्यंत परिणामकारक आहेत आणि वर्तमान काळातल्या मनुष्यासाठी उपयुक्त आहेत. वैज्ञानिक जसे प्रयोग करतात, अगदी त्याचप्रमाणे आपल्या शरीर आणि मनाला प्रयोगशाळा बनवून ओशोंनी रचलेल्या रेचन विधींमधून जाणाऱ्या शरीर आणि मनावर पसरलेली अशांती, आणि मनस्थिती अगदी सहजपणे बदलेल. या ध्यान प्रयोगांमध्ये भाग घेण्यासाठी तुम्हाला तुमचा धर्म, जात, संप्रदाय इत्यादी सोडण्याची गरज नाही.

3.

मनुष्याला ध्यानाचं महत्त्व केव्हा जाणवतं?

मनोवैज्ञानिकांनी बरंच संशोधन केल्यावर त्यांना उमगलं की मनुष्य सुखाच्या शोधात आहे. त्यांच्या अनुसार तो सुख शोधतो भूक, प्रेम आणि सेक्स मध्ये. या प्राथमिक गरजा आहेत सगळयांच्या; या पूर्ण झाल्यावर आणखी उच्च गरजा निर्माण होतात. मग मनुष्याला वाटतं आता सुरक्षित होऊया म्हणून तो घर बांधतो. कितीही सुंदर घर बांधलं तरी सुख मिळत नाही आणि सुरक्षित देखील वाटत नाही. मग सुख शोधू लागतो प्रेमात. पहिल्यांदा प्रेम मोफत मिळतं. प्रेमासाठीची योग्यता मिळते देखील, पण अजूनही आतल्या आत रिकामपण का आहे? कुठेच सुख नाही मिळालं. मग एकच मार्ग उरतो अध्यात्माचा. मग मनुष्य संतांना शरण जातो. संत सुद्धा तथाकथित संत असेल, तर तो केवळ सहानुभूती देईल. सच्चा शोधक असेल, सच्ची तहान असेल, तर सद्गुरुला शोधेल आणि सच्च्या शोधकाला सदगुरु मिळतोच.

भगवान बुद्ध जेव्हा राजकुमार गौतम सिद्धार्थ होते, तेव्हा त्यांच्याकडे सर्व काही होतं. राजमहाल, पत्नी इत्यादी सगळं होतं, पण रोगराई, वृद्धत्व आणि मृत्यू पाहिल्यावर आतली तृष्णा तीव्र झाली आणि त्याच रात्री बुद्धाने सगळं सोडून दिलं. सर्व गुरूंना आजमावून पाहिलं, तरीसुद्धा आतलं रितेपण तसंच्या तसंच. मग अखेर एका रात्री सगळं सोडून दिलं, ही इच्छा सुद्धा सोडून दिली की काहीतरी जाणून घ्यायचं आहे; त्याच रात्री त्यांना ज्ञान प्राप्त झालं.

काही असे संत सुद्धा झालेत उदाहरणार्थ नानक, कबीर, दादू, रैदास इत्यादी, त्यांनी हे पाहिलं आहे की ज्यांच्याकडे सगळं आहे, तरीसुद्धा आत एक रितेपण आहे, सुख नाहीये. ते सगळ्या जंजाळात न अडकता साधनेत उतरले. दुसऱ्यांना विहिरीत पडताना पाहून

समजून गेले की कुठेच सुख नाहीए. मग अखेर ध्यान, जप, तप किंवा स्मरण या मार्गांनी त्यांना ज्ञान लाभलं.

दोन परिस्थिती आहेत, पहिली आहे सगळं भोगा धन, पद, स्त्री किंवा पुरुष. मग सुख मिळालं नाही की ध्यानाच्या दिशेने प्रवास करू शकता. पण असे किती लोक आहेत, ज्यांना ही गोष्ट कळते? मनुष्य धावत असतो, विचार करतो धन कमी आहे, थोडं आणखी कमवू, घर लहान आहे आणखी मोठं बनवू, पत्नी किंवा पती सुंदर नाहीये म्हणून सुख नाहीये. लाखातला कोणी एक सगळं भोगून या शर्यतीतून बाहेर पडतो.

तुम्ही विचार करा तुम्ही कुठे आहात? कुठल्या कारणाने ध्यान करायला उत्सुक आहात? ध्यान करून धन तर मिळणार नाही; मग तरीसुद्धा ध्यान करू इच्छिता?

4.

तणावपूर्ण जीवनशैली आणि सहजयोग ध्यान

जुन्या काळापासूनच सुखी आणि आनंदी जीवन जगण्यासाठी अनेक ऋषी-मुनींनी आपापल्या तऱ्हेने अनेक मार्ग सुचवले आहेत. कुणी हठयोगाबद्दल बोलतं तर कुणी सहजयोगाबद्दल. मनुष्याच्या चित्तवृत्तीनुसारच प्रत्येक मनुष्याने आपला मार्ग शोधायचा असतो. कोणाला हठयोग आवडतो तर कोणाला सहजयोग.

हठयोग म्हणजे काहीतरी करावं लागेल, काही न करताच काहीही होणार नाही. मी केलं तरच काहीतरी होणार. हठयोगींनी आसन, प्राणायाम आणि ध्यानसाधना, तप यांचे विधी सांगितले आणि सहजयोगींनी समर्पणाचा मार्ग सुचवला. आजच्या व्यस्त जीवनात दोन्हींचंही महत्व आहे. अनेक अनुभवी संतांनी दोन्हींमध्ये समन्वय साधायला सांगितलं आहे. हठयोग सुद्धा, सहजयोग सुद्धा, दोन्ही एकत्र.

सहजयोगाचा काय अर्थ आहे?

सहजयोग म्हणजे सहज राहा, स्वाभाविक राहा. आदर्श बनण्याचा प्रयत्न करू नका, कारण आदर्श ढोंगीपणा घेऊन येतो. तुम्ही काहीतरी असता आणि काहीतरी आहोत असं दाखवण्याची धडपड करता, यामुळे तणाव निर्माण होतो. हे या तऱ्हेने समजून घ्या, कुणीतरी तुमच्याकडे येतं, ती व्यक्ती तुम्हाला आवडत नाही, मनातल्या मनात तुम्ही म्हणता, कुठे हा दुष्ट अवतरला. याच्या दर्शनानेच तोटा होतो. परंतु शिष्टाचाराने तुम्ही म्हणता, या या तुमचं दर्शन झालं हे अहोभाग्य. या क्षणी आपण दुहेरी जीवन जगतोय. जे काही आपण करतो, आपण सदैव तणावग्रस्त जीवन जगतो. ओशो म्हणतात, सहजयोगाचा अर्थ आहे खोटे बनू नका. कारण तुम्ही जितके खोटे व्हाल, तितकेच तुम्ही दुखी व्हाल. खोटेपणा

दुःख घेऊन येतो, कारण खोटेपणामुळे तुमचा सत्याशी संबंध तुटू लागतो. माणूस एक खोटं बोलतो, मग खोटं लपवण्यासाठी दुसरं काहीतरी खोटं बोलतो आणि मग तिसरं.....

असं पाहा, एक माणूस रात्री झोपेत अचानक बोलू लागला राम प्यारी, रामप्यारी! पत्नीने त्याला उठवलं आणि विचारलं रामप्यारी कोण आहे? पती घाबरून म्हणाला घोड्यांच्या शर्यतीत एका घोडीचं नाव आहे. दुसऱ्या दिवशी तो माणूस संध्याकाळी घरी आला तेव्हा पत्नीने तपासणी करण्याच्या हेतूने म्हटलं की त्या रामप्यारी घोडीचा फोन आला होता, तुम्हाला रात्री जेवायला बोलवलंय. हे ऐकून त्या माणसाला घाम फुटला, चेहऱ्यावर भीतीची लक्षणं प्रकट झाली. खोटं बोललात तर ते फार काळ चालणार नाही. बौद्ध परंपरेत एक संत होऊन गेले - सरहपा. सरहपा म्हणतात, तुम्ही जसे आहात तसंच जगा. मग त्याचा परिणाम काहीही असूदेत. धोका द्या. जर खोटं बोलत असाल तर सांगून टाका की मी खोटारडा आहे. खोटं हीच माझी वागणूक आहे. कोणी विश्वास ठेवला तर त्याची जोखीम त्याच्याजवळ. ओशो म्हणतात, एक माणूस जो दावा तर खरं बोलण्याचा करतो, पण त्याच्याआड खोटं बोलतो. लक्षात ठेवा जे खोटं बोलतात, ते खरं बोलत असल्याचा दावा करतात; नाहीतर खोटं मानेल कोण? खोटं बोलणारा वारंवार बोलत राहतो की मी खरं बोलतोय. तेव्हा सावध व्हा, कारण हे खोट्याचं लक्षण आहे. सच्चा माणूस कधी शपथ घेत नाही. का घेईल? जो खोटं बोलतो तो न्यायालयात सुद्धा खोटी शपथ घेऊ शकतो.

ओशो म्हणतात, माणूस जसा आहे, तसंच त्याने स्वतःला घोषित करावं. थोडंसं, इंचभर किंवा मग घोषितच करू नये. अशा घोषित केलेल्या व्यक्तीच्या जीवनात जटिलता राहणार नाही. खोट्यामुळे जटिलता निर्माण होते, ढोंगीपणा निर्माण होतो. सहजयोगाचा अर्थ आहे सोडा हे द्वंद्व, सोडा हे जाळं! तुम्ही जसे आहात, तसंच स्वतःला स्वीकारा. सोडून द्या सगळा ढोंगीपणा! सहजयोग म्हणजे परमात्म्याच्या प्रती करुणेचा भाव! सहजयोग हे समर्पणाचंच दुसरं नाव आहे. सहजयोग म्हणजे स्वतःला स्वीकारा. स्वतःच्या स्वत्त्वात जा. भगवान कृष्णाने गीतेत सांगितलंय कर्म करा, फळाची इच्छा धरू नका, ते सगळं परमात्म्यावर सोडून द्या, हा आहे सहजयोग. ओशो म्हणतात, सहजयोगाचा अर्थ आहे की काहीही मागणार नाही, गपचूप जगणार. जे मिळेल त्यामध्ये तृप्त, संतुष्ट राहणार. जे नाही मिळणार, त्याबद्दल हे समजून घेणार की ते न मिळण्यातच आपलं हित असेल. फळ मिळालं तर स्वीकार, काटा मिळाला तर स्वीकार. यश असो वा अपयश, सन्मान असो वा अपमान. पण आतली प्रार्थना आणि आतला करुणेचा भाव सतत वाहतच राहील. या प्रवाहाचं नाव आहे सहजयोग.

ओशो म्हणतात सहजयोगाच्या अनुसार इथे काहीही कायमचं राहणार नाहीये, सगळं वाहत चाललं आहे, प्रवाही आहे. सर्व काही क्षणभंगुर आहे, ते धरून राहू नका, जगा आणि जे निघून जाईल ते जाऊद्या, जेणेकरून जे काही नवीन येणार आहे त्यासाठी तुमचं हृदय खुलं असावं; कालचा हिशोब ठेवू नका आणि उद्याची चिंता करू नका. आज जे आलंय त्यासोबत नाचा, गा, ते गुणगुणा आणि याच गीतात मग प्रार्थना पूर्ण होऊन जाते. याच गीतात 'संपूर्ण' पूर्ण होऊन जातं. लक्षात ठेवा, प्रार्थना म्हणजे मागणी नव्हे. प्रार्थना म्हणजे सहजभावाने कोणतीही क्षुद्र मागणी न करता परमात्म्याला हाक देणं. सहजचा अर्थ आहे जो तुमचा स्वभाव आहे, जो तुम्हाला दुसऱ्याकडून नाही शिकायचा, जो तुम्हाला आपल्या आत शोधायचा आहे. असहजचा अर्थ असतो वरून लादला गेलेला. तुमचं व्यक्तित्व काय आहे? समाजाने, आईवडिलांनी जो हुद्दा दिला आहे की 'तू हिंदू आहेस की मुसलमान आहेस, ब्राह्मण आहेस की शूद्र! सुंदर आहेस की कुरूप, पापी आहेस की पुण्यात्मा आहेस'. तुम्ही जे काही आहात ते आता उधारीचं आणि कृत्रिम आहात. इतरांनी तुम्हाला काहीएक रंग दिला आहे.

सहजयोग म्हणतो जो आहे, जसा आहे ते परमात्म्याचं दान आहे, परमात्म्याची देणगी आहे, परमात्म्याची भेट आहे, याचा अंगीकार करा, पूर्णतः स्वीकार करा.

सहजयोग दोन शब्दांनी बनलेला आहे : सहज आणि योग, सहजचा अर्थ आहे : अक्रिया, अकर्म, विश्राम आणि योगचा अर्थ आहे : क्रिया, कर्म, श्रम

ओशो म्हणतात जिथे योग आणि सहज यांचं मिलन होतं तिथे जीवनात परम अवतरतं. श्रमापासून विश्रामापर्यंत पोहोचता येऊ शकतं. श्रम करा, पण श्रमालाच सगळं काही समजू नका, नाहीतर योगात अडकाल आणि सहज यालाच सगळं समजू नका नाहीतर प्रवास सुरूच होणार नाही. आळसात पडून राहाल. श्रम आणि विश्राम हे दोन्ही पंख हवेत, जेणेकरून तुम्ही उडू शकाल. हे दोन्ही पाय हवेत जेणेकरून तुम्ही चालू शकाल.

सहजतेत जगण्यातच सुख आहे. दुसऱ्याकडे काय आहे, तो कोणत्या पदावर आहे, सुंदर आहे की कुरूप, त्याच्याकडे किती आहे इत्यादी याची गणती आपण करत राहिलो नाही, जे आपल्याकडे आहे ते इतर कुणाकडे आहे का, याची तुलना केली नाही तर असं वाटणारच नाही की माझ्याकडे कमी आहे. दुसऱ्या माणसाच्या बागेतल्या गवताशी आपल्या बागेतल्या गवताची तुलनाच केली नाही तर दुःख कसलं? आपल्यावर सगळं अवलंबून आहे की आपण जगाकडे कोणत्या दृष्टीने पाहतो. काटे मोजतो की फुलं. सहजयोगाचा अर्थ आहे की कुणाशी तुलना करू नये. जे आहे, जसं आहे ते माझ्या पात्रतेनुसार अस्तित्वाने मला दिलं आहे. आणि त्याच्याप्रती मी कृतज्ञ आहे.

प्रश्न हा आहे की आपण सहजयोगाने या जगात जगू शकतो का? आपण जगू शकतो, पण आपण तसं जगत नाही, म्हणून आपण दुःखी आणि तणावात असतो आणि उच्च रक्तदाब, शुगर, कॅन्सर, निद्रानाश, हीनपणाची भावना, लकवा, बेचैनी इत्यादी रोगांनी ग्रस्त असतो. मोठं पद मिळेल आणि श्रीमंत होऊ याच शर्यतीत आपण असतो. शर्यतीत असणं सुद्धा गरजेचं आहे, पण काही नाही मिळालं तर त्याचा तणाव येऊ देऊ नये. परमात्म्याचे आभार माना, की त्याने नाही दिलं तर न देण्यातच आपलं हित असेल. परमात्मा आपल्या गरजा आपल्यापेक्षा जास्त जाणतो. जे परमात्म्याने दिलं आहे त्यातच संतोष मानावा, हाच सहजयोग आहे. निवड तुमची आहे. सहजयोगात ना तणाव आहे ना दुःख. असहजयोगात दुःख, तणाव आणि पीडा आहे. तुम्ही कसं जीवन जगू इच्छिता, तुम्ही तुमचं जीवन जगण्याची पद्धत निवडण्यासाठी स्वतंत्र आहात.

थोडा विचार करा. परमात्म्याने आपल्याला जे दिलं आहे, त्यात आपण उदरनिर्वाह करू शकत नाही का? करू तर शकतो, पण मग लोक दिखावा नाही करू शकत. दुसऱ्यांच्या तुलनेत आपण स्वतःला मोठं सिद्ध करू शकत नाही. जर आपल्याला हवं असेल की आपण सहजतेने जगू, जे मिळालंय त्यात संतुष्ट राहू, कधीही तक्रारीचा भाव नसावा, तर अशा मनस्थितीसाठी आपण स्वतःला तयार कसं करावं. ओशो म्हणतात, यासाठी मार्ग आहे ध्यानाचा. ध्यान नियमितपणे दररोज धैर्याने करत राहिलं तर आपण मनस्थिती बदलू शकतो. ओशोंनी आजच्या मनुष्याच्या मनाच्या अवस्थेनुसार ध्यानाचे अनेक विधी विकसित केले आहेत. ध्यान करत राहिल्याने हळूहळू आपण असहज पासून सहज होऊन जातो. जे आदर्श खोटं समाजाने आपल्यावर लादलं आहे, मुखवटे लावले आहेत, हळूहळू त्यातून आपण बाहेर पडू. ओशो म्हणतात पोहू नका, वाहत जा. पोहण्यासाठी संघर्ष करावा लागतो, वाहणं आपोआप होतं. वाहणं हाच सहजयोग आहे.

5.
मानसिक तणाव : विवेचन आणि उपाय

मनुष्य जे काही करतो - ते सुखासाठी. पण मिळतं काय - दुःख. दुःख आणि सुख एकाच नाण्याच्या दोन बाजू आहेत. दुःखातून गेल्यावर सुख मिळतं. वास्तवात सुख मिळत नाही केवळ त्याची जाणीव होते की दुःखात आहे, सुखात आहे. पण थोड्याच वेळात लवकरच आपण पुन्हा दुःखाकडे परततो. असं का? ओशो म्हणतात की सुखाची इच्छा कराल तर दुःख तर मिळणारच कारण जिथे सुख आहे असं भासतं, असं वाटतं की असं असं केल्याने किंवा जर हे सुख मला मिळालं तर मी सुखी होईन, ती केवळ एक मृगतृष्णा सिद्ध होते. आपल्या इच्छेनुसार काही झालं, तरीही सुख मिळत नाही, मग मन म्हणतं हे नाही ते हवं. किंवा जे मिळालं आहे ते कमी आहे किंवा चुकीची निवड आहे किंवा आपल्या प्रयत्नांत काहीतरी उणीव राहिली आहे. आणि सुख नेहमी इतक्या अंतरावरच असतं जसं एका गाढवावर एक माणूस बसला आहे, त्याने काठीला गवत बांधून ठेवलं आहे आणि गवत गाढवाच्या तोंडापासून एक फुटाच्या अंतरावर आहे. गाढव ते समोर दिसणारं गवत मिळवण्यासाठी मैलोनमैल चालतं, तरीही गवत एक फुटाच्या अंतरावरच राहतं. हेच मनुष्यासोबत होतं, त्याला सुख अगदी जवळ दिसत असतं. इतकं की उद्या मिळून जाईल. पण उद्या मिळत नाही आणि मग काळ येतो. तेव्हा मनुष्याला जाणीव होते की मी आतापर्यंत जिवंत तरी होतो का? काहीच तर करू शकलो नाही, काय काय वासना होत्या सगळ्या अपूर्ण राहिल्या? अपुऱ्या वासनांमुळे त्याला पुन्हा जन्म घ्यावा लागतो.

संतांनी म्हटलंय तुम्हाला सुख हवं असेल तर दुःखापासून सुटका नाही. म्हणून आपल्याला सुख आणि दुःखाच्या पलीकडे जायला हवं. पण कसं? ओशो म्हणतात दुःखापासून दूर पळाल तर सुख मिळेल - मग पुन्हा दुःख. दुःख जाणून घेतलंत तर दुःख आणि सुखाला पार कराल. शांती, आनंद लाभेल. दुःख आहे : हे वास्तव आहे. दुःखापासून

दूर पळून जाऊ नका, जागे व्हा. कसं जाणून घ्यायचं की दुःख का मिळतंय? दुःख मिळतंय आपल्या वासना, तृष्णा, लोभ यांच्यामुळे. वासना समजून घ्या, लोभ समजून घ्या, तृष्णा समजून घ्या तर दुःखात जागे व्हाल. दुःखात कसं जागं व्हायचं? त्यासाठी मार्ग आहे. ओशो म्हणतात, ध्यान हाच एक मार्ग आहे जो शांती, आनंद यांच्याकडे घेऊन जाऊ शकतो. दुःख आणि सुखात जो फरक आहे तो मात्रेचा आहे. जसं की गरीब आणि श्रीमंतामध्ये फरक आहे. गरीबाजवळ हजार रुपये आहेत आणि श्रीमंतांकडे करोड रुपये म्हणजे 10000 पटीने जास्त. याला म्हणतात मात्रेचा फरक. म्हणजे श्रीमंत 10000 पट जास्त श्रीमंत आहे किंवा 10000 पटीने गरीब गरीब आहे. केवळ मात्रेचा फरक आहे, तोच फरक सुख आणि दुःखात आहे. सुख मिळेल या आशेत आपण असतो, पण दुःखात जागे होण्याचा प्रयत्न आपण करत नाही. दुःखाचं बीज काय आहे? हे जाणून घेण्याचा आपण प्रयत्न केला तर दुःखात आपण जागू शकतो.

सुखाचा अनुभव कशाने येतो?

आपलं सुख जवळजवळ त्या माणसासारखं आहे जो आपल्या मित्रांना सांगतोय की माझ्या चपला पायाला खूप टोचतायत, खूप घट्ट आहेत. मित्र म्हणाले असं आहे तर चपला बदल. तो माणूस म्हणाला - मला खूप संकटांनी घेरलंय, मी इतक्या संकटात आहे. दिवसभर ह्या चपला माझ्या पायांना टोचत असतात, संध्याकाळी मी जेव्हा चपला काढतो, तेव्हा मला खूप आराम वाटतो. एकच सुख माझ्याजवळ आहे आणि बाकीची तर सारी दुःखंच दुःखं आहेत. या चपला मी बदलू शकत नाही.

ज्याला आपण सुख म्हणतो, ते घट्ट चपला पायांतून काढल्यावर जो आराम पडतो, त्यापेक्षा जास्त नाहीये. ज्याला आपण सुख म्हणतो ते म्हणजे थोड्या वेळासाठी कुठल्यातरी तणावातून मुक्ती असते, नकारात्मक आहे. एक माणूस थोडा वेळ दारू पितो आणि विचार करतो की मी सुखात आहे. एक माणूस थोडा वेळ संगीत ऐकतो किंवा मित्रांसोबत गप्पा मारतो किंवा थट्टा-मस्करी करतो, हसतो आणि विचार करतो की मी सुखात आहे. ही सगळी सुखं संध्याकाळी टोचणाऱ्या चपला पायांतून काढण्यापेक्षा वेगळी नाहीयेत. त्यांचा सुखाशी काही संबंध नाहीये. सुख एक सकारात्मक स्थिती आहे, एक अनुभव आहे.

तणावाची कारणं

प्रत्येक मनुष्याच्या आपल्या परिस्थितीनुसार आणि मनस्थितीच्या अनुसार मानसिक तणावाची अनेक कारणं असू शकतात. काही मूल्यवान कारणांची चर्चा आपण इथे

करूया -

1. अहंकार तृप्त नाही झाला की त्यामुळे तणाव येतो :

(क) मी सदैव बरोबर आहे, मला जसं वाटेल, जसं मी म्हणेन तसंच व्हायला हवं आणि सगळे माझ्या म्हणण्यानुसारच सगळी कामं करतील. जर असं झालं नाही तर तणाव निर्माण होतो, ज्याची अभिव्यक्ती क्रोधाद्वारे होते.

हे नेहमीच होतं. घर असो किंवा कार्यालय किंवा दुकान. अहंकाराशिवाय आपण जगू शकत नाही, अहंकार कुणाचा लहान आहे तर कुणाचा मोठा. याच अहंकारामुळे ओशो म्हणतात की दुःखाला आपण स्वतःच धरून ठेवलंय. कारण आता मनुष्य सुखी असतो, आनंदी असतो, तेव्हा मनुष्याचा अहंकार हरवतो. जसा अहंकार प्रकट होतो व्यक्ती प्रफुल्लित होऊ जाते. ओशोंकडे एक सज्जन आले, म्हणायला लागले मला मदत करा. मी खूप दुःखी आहे. चार वेळा मंत्री झालोय पण मुख्यमंत्री बनू शकत नाहीये. हेच दुःख आहे. ओशोंनी म्हटलं, समजा जे मुख्यमंत्री बनले आहेत त्यांचं दुःख सुद्धा जाणता का? त्यांना पंतप्रधान व्हायचं आहे. अहंकाराचं पोषण करण्यासाठी दुःखी होणं आवश्यक आहे. एका मंत्र्याच्या तरुण मुलाचं निधन झालं. घरी शोक व्यक्त करणाऱ्या अधिकांश मित्रांच्या, राष्ट्रपती, उपराष्ट्रपती, मुख्यमंत्री आणि इतर मान्यवर व्यक्तींच्या तारा आल्या. ढीग पडला आहे. या शोकात दुःखी नाहीयेत की मुलाचं निधन झालं, दुःख या गोष्टीचं आहे की पंतप्रधानांचा शोकसंदेश नाही आला.

दुःखाने आपल्याला लाभ सुद्धा होतो. जर आपण दुःखी असू तर आपण दुःखाची गोष्ट रसभरीत वर्णन करून दुसऱ्यांना सांगतो, दुःखाला मोठं दाखवून सुख अनुभवतो. यामुळे इतरांची सहानुभूती मिळते. जर तुम्ही दुःखी नसाल तर तुम्हाला विचारायला कोण येईल? दुःखी माणसाजवळ सांगण्यासारखं खूप काही आहे. सुखी माणसाजवळ जा, त्याला विचारा कसं काय आहे सगळं, तो म्हणतो सगळं ठीक आहे, संभाषण तिथेच खुंटतं.

मुलगा मोठा होणार, त्याचा अहंकार तयार होणार, तो आज्ञा मानणार नाही, संघर्ष करणार, विरोध करणार. त्यामुळे आपला अहंकार दुखावतो. मुलगा असं समजतो की तो खूप शक्तिशाली आहे आणि मी असहाय आणि परावलंबी आहे. मोठ्यांची अशी इच्छा असते की मुलाने आपली आज्ञा मानावी पण तो आज्ञा मानत नाही. आज्ञा मान्य करून घेण्यात आपल्या अहंकाराची तृप्ती होते आणि आज्ञा न मानल्याने मुलाचा अहंकार तृप्त होतो. असं म्हणतात की निर्बल नेहमी शक्तिशालीची घृणा करणार. त्याच आधारावर

आपल्या मुलात सगळी घृणा, ईर्ष्या, मत्सर, संघर्ष एकत्र होऊन जातो, जर मुलगा असेल तर वडिलांबद्दल आणि मुलगी असेल तर आईबद्दल. अशाच प्रकारे मोठ्या भावाबद्दल आणि बहिणींबद्दल. घरात, परिवारात जो जास्त कमवतो किंवा जास्त बोलतो तोच प्रभावशाली होऊन जातो. घरात त्याचंच राज्य चालतं. त्याच्या होकाराशिवाय कोणतंच कार्य होऊ शकत नाही. अशाच प्रकारे ऑफिसचं काम किंवा सामाजिक संस्थेची सभा असेल तर तिथेसुद्धा हीच परिस्थिती असते. कोणीही प्रभावशाली झालं, अंतिम निर्णयासाठी आपण त्याच्याकडेच पाहणार. जर कोणी विरोध केला तर त्या प्रभावशाली व्यक्तीचा अहंकार दुखावतो आणि ती व्यक्ती तणावात येते. जर आपल्याला प्रभावशाली व्हायचंच नसेल, आपण मिळूनमिसळून निर्णय घेतला, तर मग आपण कुठेही असू, कसला अहंकार, कसला तणाव.

(ख) काही बनण्याची इच्छा

मी काहीतरी बनू इच्छितो. डॉक्टर, इंजिनियर किंवा पंतप्रधान. मी प्रयत्न तर खूप केला, पण जे मी बनू इच्छित होतो, ते बनू शकलो नाही. तुम्हाला मुलगा झाला, तुम्ही इच्छिता की मी नाही बनू शकलो तर काय झालं, माझा मुलगा बनला पाहिजे. पण मुलाच्या स्वतःच्या आकांक्षा आहेत, इच्छा आहेत, त्याची स्वतःची स्वप्नं आहेत. तो ती पूर्ण करण्यात स्वतःची ऊर्जा लावील की तुमची अर्धवट राहिलेली स्वप्नं, तुमच्या इच्छा पूर्ण करेल. जर मुलगा आपल्या पसंतीनुसार वागला तर वडील आणि मुलात तणाव निर्माण होणार. तुम्ही जर जीवनात मागे वळून पाहिलं, तर तुम्ही तुमच्या वडिलांची स्वप्नं पूर्ण केलीत का? जर केलीत, तर तुम्ही खूश, प्रसन्न आहात, की नाही? आपल्या वडिलांची स्वप्नं पूर्ण करण्यात व्यस्त असलेल्या तुमच्या स्वतःच्या स्वप्नांचं काय झालं? तुम्ही स्वतःची अपूर्ण राहिलेली स्वप्नं आपल्या मुलाच्या आधारे तर पूर्ण करू इच्छित नाही?

हे तर असं झालं, एका मुलाने आपल्या वडिलांना विचारलं की तुम्हाला आजोबा मारायचे का, वडिलांनी म्हटलं, हो. मग त्याने विचारलं तुमचे आजोबा तुमच्या वडिलांना मारायचे का, तर मग त्याच्या वडिलांनी हो असं उत्तर दिलं. मग मुलगा म्हणायला लागला की ही परंपरागत गुंडागर्दी कधीपर्यंत चालणार?

सारांश हा आहे की मुलाला त्याचं स्वातंत्र्य द्या, त्याला जे बनायचं आहे, जे करायचं आहे ते त्याला करू द्या. आपली अपूर्ण राहिलेली स्वप्नं मुलांच्या माध्यमातून पूर्ण करण्याचा प्रयत्न करू नका. मुलाला त्याच्या स्वप्नांनुसार काम करू द्या. जर तो चुकीच्या दिशेने जात असेल तर त्याला पूर्वसूचना द्या, सावध करा. त्याला सर्व बाजू समजावून द्या. पूर्ण माहिती करून द्या जेणेकरून मग तो आपल्या समजुतीनुसार काम करू शकेल. मी

अशा खूपशा मित्रांना ओळखतो जे स्वतः तर डॉक्टर किंवा इंजिनियर बनू शकले नाहीत, कंपाउंडर किंवा मेकॅनिक राहिले. ते मुलाला डॉक्टर आणि इंजिनियर बनवण्यासाठी पूर्ण ताकत लावत होते. पण मुलाला कलाकार व्हायचं होतं, संगीतज्ञ व्हायचं होतं. या गोष्टीवरून त्यांच्या घरात तणाव असायचा. तुम्ही अशा घटना तुमच्या कुटुंबात, शेजारी जरूर पाहिल्या असतील.

(ग) काही मिळवण्याची इच्छा

आपल्याला तेवढंच मिळतं, जेवढी आपली पात्रता असते. पण मनुष्य जेवढं त्याच्याकडे आहे त्याने संतुष्ट होत नाही. आणखी, आणखीची इच्छा सदैव असते. लक्षात ठेवा लक्ष्य जितकं असंभव असेल, तणाव तितकाच जास्त असेल. जे काही माझ्याजवळ आहे त्यात मी तृप्त नाही. पद लहान आहे, मोठं पद हवं. धन कमी आहे आणखी धन हवं. घर लहान आहे, मोठं घर हवं. दुकान लहान आहे, आणखी मोठं दुकान हवं. वडील दहा लाख मागे ठेवून वारले, मला वीस लाख मागे सोडून मरायचं आहे. जे काही धन, पद, यश माझ्याजवळ आहे ते कमी आहे. मला जे हवं आहे ते आज नाही उद्या मिळवेन, कमी प्रयत्न केले आहेत थोडे जास्त प्रयत्न करेन. याच प्रयत्नात आयुष्य असंच संपून जातं. उद्या मिळवेन, याच तणावात आपण सगळे सदैव ओढलेले असतो. सगळ्या प्रकारचा लोभ तणाव घेऊन येतो, मग तो सांसारिक असो किंवा आध्यात्मिक.

तुम्ही आणि तुमचं लक्ष्य यामध्ये जेवढं अंतर असेल, तेवढा तणाव अधिक असेल. अंतर जितकं कमी असेल, तेवढाच तणाव कमी असेल. तुम्ही हे जाणून घेऊन हैराण व्हाल की भौतिकवादी म्हणजे धन, पद, यश यांची इच्छा ठेवणारा इतका तणावग्रस्त नसेल जितकी एक आध्यात्मिक व्यक्ती असते. का? कारण त्या व्यक्तीचा आदर्श खूप मोठा आहे, लक्ष्य असीम आहे. इच्छेला कोणतीही सीमा नाही आणि समोर गंतव्यस्थान सुद्धा दिसत नाही. ती अज्ञाताची यात्रा आहे.

जर आपल्या आकांक्षा असतील तर त्या पूर्ण करण्यासाठी आपल्याला मेहनत करावी लागेल. ज्यामुळे आपल्यावर कामाचं ओझं येईल, वेळ कमी पडेल आणि त्यासाठी माहिती सुद्धा गोळा करावी लागेल. या तिन्ही कामांचं ओझं, वेळ कमी पडणं आणि गोळा केलेल्या माहितीचा डोक्यावर ताण या सर्वांमुळे तणावामध्ये वाढच होणार.

2. दुसऱ्यात सुख शोधणं

दुसरं कोणीही असू शकतं - पद, धन, स्त्री किंवा पुरुष जोपर्यंत दुसरं मिळत नाही तोपर्यंत व्यक्ती तणावात असते, ते मिळवण्याचे जिवापाड प्रयत्न करते. पण जेव्हा त्या

गोष्टी मिळतात तेव्हा सुद्धा सुख नाही मिळालं, तर मग त्या गोष्टींतच दोष शोधू लागते, अर्थात धन थोडं मिळालं आणखी मिळायला हवं. पद लहान आहे आणखी मोठं पद मिळालं पाहिजे. स्त्री किंवा पुरुष आवडीचा मिळाला तरी सुख मिळत नाही, व्यक्ती विचार करते की निवड चुकीची झाली. पण व्यक्तीला मूलभूत स्वरूपात हे कळत नाही की दुसरं कोणी आपल्याला सुख देऊ शकत नाही. थोडा विचार करा ज्यांच्याकडे धन आहे, मोठं पद आहे किंवा ज्या स्त्री किंवा पुरुषांची कामना ते करतात ते स्त्री किंवा पुरुष ज्यांना मिळाले - ते सुखी आहेत का? तणावापासून मुक्त आहेत का?

मी एका गाडीतून प्रवास करत होतो, माझ्यासोबत काही तरुण होते जे इंजिनियर होणार होते, शेवटच्या वर्षाचे विद्यार्थी होते. मी विचारलं डिग्रीनंतर काय करणार? तर ते म्हणू लागले नोकरी शोधणार. नोकरी मिळाल्यावर काय करणार. म्हणू लागले छोकरी शोधणार. मी म्हटलं ठीक आहे म्हणजे लग्न करणार. मग मी विचारलं की सगळे लग्न का करतात? सुखासाठी. मला हसू आलं, मग मी विचारलं आज तुम्ही घरी जाऊन आईवडिलांना विचारा की लग्न करून त्यांना किती सुख मिळालंय? त्यांना म्हणावं प्रामाणिकपणे सांगा. आपण मुलांचं लग्न लावून देतो, आपण घाण्याला जुंपलेल्या बैलासारखे जसे असतो, मुलांना सुद्धा आपण आपले अनुभव न सांगता लग्नात ढकलून देतो. लग्न तर मुलं करणारच, परंतु आईवडिलांनी आपले अनुभव मुलांना अवश्य सांगितले पाहिजेत, ज्या चुका तुम्ही केल्या आहेत, दुःख भोगलं आहे, ज्या चुकांमुळे तुम्ही दुःखी झाला आहात, तणावात जगला आहात, याबद्दल मुलांना अवश्य सांगा जेणेकरून ती चुका करणार नाहीत. पण आपण या गोष्टींची चर्चा करत नाही. का? कारण आपल्याला माहीत आहे आपल्याला लग्न करून सुख नाही मिळालं. खोटं तर आपण बोलू शकत नाही म्हणून प्रामाणिकपणे त्यांना आपले अनुभव सांगावेत, त्यानंतर कदाचित मुलं लग्न करणारच नाहीत. ही गोष्ट निश्चित आहे. म्हणून आईवडील मुलांशी कधीही आपल्या वैवाहिक जीवनाच्या अनुभवांची चर्चा करत नाहीत आणि त्यांना लग्नाच्या बंधनात बांधून टाकतात.

मग म्हणतात, हा तर संसार आहे, गळ्यात ढोल पडला तर वाजवावाच लागेल. आम्ही वाजवतो आहोत, तुम्ही पण वाजवा.

मला अनेकदा विद्यार्थी विचारत की कशा मुलीशी लग्न करावं? मी म्हणायचो लग्न करून कोणाला सुख तर मिळालं नाही. तुमची जर प्रेयसी नसेल तर आईवडिलांच्या पसंतीच्या मुलीशी लग्न करून टाका, कारण स्वतःच्या आईवडिलांना तर दोष देऊच शकता की तुम्ही माझ्यासाठी ही कसली मुलगी पसंत केली आहे, काय पाहिलंत हिच्यात? आणखी चांगली चांगली स्थळं आली होती. माहीत नाही तुम्हाला काय झालं होतं.

मी एका कुटुंबात गेलो, त्यांच्या सुनेला विचारलं की तुम्हाला कोणी पसंत केलं, पतीने, सासूने, सासऱ्याने की नणंद-दीराने. तर ती म्हणायला लागली सासऱ्यांनी. मी म्हटलं माझ्या वडिलांनी जर माझ्यासाठी अशी मुलगी पसंत केली असती आणि मला म्हटलं असतं की ती मुलगी मला पसंत आहे, म्हणत असशील तर होकार कळवतो, तर मी म्हणालो असतो ठीक आहे, तुम्हाला पसंत आहे तर आईला विचारा आणि लग्न करा, मला काय विचारता? लग्न मुलाचं आणि पसंती कुणा दुसऱ्याची.

अशाच प्रकारे पद लहान असो किंवा मोठं, ते सुख देत नाही. जे मोठ्या पदांवर बसलेले आहेत, ते सुखी आहेत का? आमचे एक प्राध्यापक होते विश्वविद्यालयात, त्यांनी जेव्हा जेव्हा मोठ्या पदासाठी प्रार्थनापत्र दिलं, तेव्हा ते नशीबवान प्रत्येक पदावर निवडले जायचे. निवृत्त होण्याच्या आधी आपल्या क्षेत्रातल्या सर्वोच्च पदावरून, केंद्र सरकारमधून निवृत्त झाले. पण पहिल्या पदावर असताना ते ज्या तक्रारी करायचे, त्याच तक्रारी ते शेवटच्या सर्वोच्च पदावर असताना सुद्धा करत राहिले.

दुसरं काही म्हणजे स्त्री किंवा पुरुष, धन किंवा पद मिळालं जरी तरी सुख मिळत नाही. स्त्रीकडे सुख नाही तर ती पती शोधते, सुखासाठी. पुरुषाकडे पण सुख नाही, तो पत्नी शोधतो सुखासाठी. सुख दोघांकडेही नाही, तर मग लग्नानंतर कोण कोणाला सुख देणार? मुळात ही गोष्ट लक्षात ठेवायला हवी की दुसरं कोणीही असो, सुख देऊ शकत नाही.

ओशो म्हणतात, तुम्ही जर लक्ष देऊन पाहिलंत तर जगात सर्वजण सुख मागताना, प्रेम मागताना दिसतील. पण लोकांकडे ना प्रेम आहे ना सुख. मागण्यातच चूक होतेय आणि तुम्ही बाहेर मागायला जाता त्यामुळे तुमच्या आठवणीत देखील नाही की तुम्ही जे मागताय तो तुमचा स्वभाव आहे. धर्म त्या क्रांतीचं नाव आहे ज्यादिवशी तुम्हाला आठवतं की आता मागणं बंद करूया, एकदा आपल्या आत तर झाकून पाहू.

पुरेपूर पाहून घेऊ की मी कोण आहे, शक्य आहे की जे बाहेर मिळालं नाही ते आत असेल.

3. वर्तमानात जगणं

आपण एकतर भूतकाळाच्या आठवणींत हरवून जातो किंवा मग भविष्याच्या योजनांमध्ये. या दोन्हींच्या मध्ये वर्तमानातलं वास्तव मरून जातं. भूतकाळातल्या आठवणी टोचत राहतात. भूतकाळ जो मृत आहे, गेलेला आहे, आता नाहीये. पण जुन्या गोष्टी आठवून व्यक्ती तणावग्रस्त होते की मी असं केलं असतं तर बरं झालं असतं, असं केल्याने नुकसान झालं. आपण भविष्याच्या ज्या योजना बनवतो जर त्या पूर्ण करू शकलो

नाही तर, या विचाराने तणावाने माणूस भरून जातो. मग तो नशिबाला दोष देतो, देवाच्या नावाने बोटं मोडतो. भूतकाळ आणि भविष्यकाळाचा मध्ये, वर्तमानात जगलो तर तणाव येणार नाही. वर्तमान म्हणजे आता आणि इथे. वर्तमानात जगण्याची कला शिकण्याचा प्रयत्न करा, वर्तमानात जगणं शिकू शकतो - आपला विवेक जागवून.

आपण अनेकदा असं पाहतो की वडीलधारी माणसं नेहमी भूतकाळ चांगला होता अशी चर्चा करत असतात. भूतकाळ असा होता, तसा होता. आज असं होतंय, जमाना खूप बिघडलाय, कोणी कोणाचा आदर करत नाही, लहानमोठ्याची जाण नाही, जे मनात येईल ते करतात, कोणाचा सल्ला घेत नाहीत. हे नेहमीच होत आलं आहे, जी वडीलधारी माणसं आज असं बोलताहेत, त्यांची वडीलधारी माणसं सुद्धा असंच बोलायची. ओशो म्हणतात, म्हाताऱ्या माणसाकडे भूतकाळ असतो, त्याच्याकडे भविष्य नसतं. भविष्यात आता त्याला मृत्यू दिसतो, त्यामुळे तो भविष्याच्या गोष्टी करत नाही, वर्तमानाची चर्चा करण्यासाठी काहीच नसतं, कारण तो वर्तमानात जगायला शिकलाच नाही.

तरुण माणसाकडे भविष्य आहे, भविष्याच्या कल्पना, योजना आहेत, त्यामुळे तो नेहमी भविष्याच्या गोष्टी करतो. मी हे करणार, मग मी ते करणार इत्यादी इत्यादी. त्याला आपल्या वडीलधाऱ्या माणसांकडून सल्ला घेणं आवडत नाही. का? परिस्थिती वेगळ्या आहेत, नवे नवे शोध लागत आहेत, वडील तर जुन्या गोष्टीच करणार. काळ बदलला आहे, ही गोष्ट ध्यानात घेऊन ते सल्ला नाही देत. वडिलांना उपेक्षित वाटतं आणि ते तणावात असतात. तरुण सुद्धा तणावात असतो, कारण त्याला आपल्या योजना पूर्ण करायच्या आहेत, पण वडील साथ देत नाहीत, याला म्हणतात पिढीतलं अंतर. प्रत्येक युवक आपल्या पित्याची निंदा करत असतो, पण जेव्हा तो स्वतः पिता बनतो तेव्हा ही गोष्ट तो विसरून गेलेला असतो, तो सुद्धा आपल्या मुलाबरोबर असाच व्यवहार करतो जसा त्याच्या पित्याने त्याच्याशी केला होता.

भविष्याबाबत चिंता असते, त्यामुळे बहुतांश युवा वर्ग ज्योतिष्यांकडे देखील जात राहतो. पण हे लक्षात ठेवा, भविष्य हाताच्या रेषांमध्ये नाही तर स्वतःच्या पुरुषार्थात आहे. संकल्पवान माणूस स्वतःचं भविष्य स्वतः निर्माण करतो.

4. मोह

जितका जास्त मोह कुठल्या वस्तूचा किंवा व्यक्तीचा कराल तेवढंच दुःख, पीडा आणि तणाव मिळेल. असं समजा की एक घर आहे जे तुमचं आहे, त्याला आग लागली, तुम्ही ओरडताय, रडताय, लुटलो बरबाद झालो. पण त्याच वेळी तुमचा मुलगा येऊन

सांगतो की बाबा हे घर आम्ही विकून टाकलं आहे, त्याच क्षणी तुम्ही गप्प व्हाल. का? कारण घर तुमचंच नाही राहिलं तर मोह सुद्धा सुटला.

एक मुलगी जी अनोळखी आहे, तिला दुखापत झाली तर तुम्ही काही काळजी करणार नाही. पण त्याचवेळी कुणी म्हणालं की या मुलीशी तुमचा वाङ् निश्चय झाला आहे. मग अचानकपणे तुम्ही पूर्ण काळजी घेऊ लागाल. का? कारण ती तुमची भावी पत्नी आहे, त्यामुळे अकस्मातच परिस्थिती बदलली.

एका गृहस्थ संन्याशाच्या तरुण मुलाचं निधन झालं. अंत्यसंस्कार करण्यात आले. संन्याशाची पत्नी चिंताग्रस्त होती की माझ्या पतीला वेड लागू नये; कारण त्याचं आपल्या मुलावर खूप प्रेम होतं. परंतु संध्याकाळी त्याला आपले नित्यक्रम करताना पाहिलं तेव्हा विचारलं की तुम्हाला कसं वाटतंय? आपला एकच मुलगा होता, तोसुद्धा गेला. पतीने म्हटलं मला थोडा धक्का बसला, पण तेव्हा मनात विचार आला की वीस वर्षं आधी जेव्हा आपला मुलगा नव्हता, तेव्हा सुद्धा आपण खूश होतो, आज तो निघून गेला तर तीच वीस वर्षांपूर्वीची स्थिती पुन्हा आहे, मग कसला उदासपणा, कसलं दुःख? देवाचे आभार मानले पाहिजेत की त्याने आपल्याला गेली वीस वर्षं आईवडील असण्याचा अनुभव दिला. त्याने दिला आणि त्यानेच हिरावून घेतला, बस!

(क) व्यक्ती किंवा वस्तूशी जडलेला मोह दुःख घेऊन येतो?

मुलाचा मोह आहे, आजारी आहे, औषध द्या. याहून जास्त करू देखील काय शकतो? चिंता करून सगळं ठीक होईल? मुलाचा आईशी मोह जडलेला असतो, जेव्हा त्याचं लग्न होतं तेव्हा तो सासू आणि सुनेच्या मधल्या फुटबॉल सारखा होऊन जातो. म्हणजे आई म्हणते, माझ्या म्हणण्याला प्राधान्य दे आणि पत्नी म्हणते तुला आयुष्य माझ्यासोबत काढायचं आहे, माझं ऐक! दोन स्त्रियांच्या मध्ये तो 'बिचारा' बनून जातो. कारण मोह!

(ख) कोणाच्याही मृत्यूने आपण दुःखी का होतो?

जागे व्हा!

दुसरं कोणीही असो, जेव्हा आपण कुणाच्या मृत्यूची बातमी ऐकतो तेव्हा आपल्याला उदास वाटू लागतं. आपले कोणी प्रियजन असतील, ज्यांच्याशी जास्त मोह जडलेला होता तर रडायला सुद्धा येतं, का? कारण त्यावेळी आपल्याला आपल्या मृत्यूची आठवण होते. नाहीतर आपण झोपेतच जगत असतो. त्याचवेळी आठवतं की मी सुद्धा मरणार आहे. शव नेताना "राम नाम सत्य है" म्हणतात ते मृतासाठी नाही. तो तर निघून गेलेला आहे, त्याच्यासाठी असं बोलणं किंवा त्याला सांगण्यासाठी हे नाहीये. हे तर जे शव

वाहून नेतायत त्यांच्यासाठी म्हटलं जातंय, तुमचे सुद्धा हेच हाल होणार आहेत. पण किती लोक जागे होतात, रामाचं नाम जाणून घ्यायला? म्हणून ओशो म्हणतात, जेव्हा केव्हा एखाद्याचं पार्थिव शरीर जात असेल तेव्हा असं समजा की माझं शव निघालं आहे. मृत्यूच्या सततच्या स्मरणाने कदाचित तुम्ही सुद्धा मृत्यूला जिवंतपणी जाणून घेण्याच्या प्रयत्नाच्या दिशेने मार्गस्थ होऊ शकाल. एका मित्राचे वडील मरण पावले. त्याला या गोष्टीचं दुःख नव्हतं. दुःख या गोष्टीचं होतं की आता दूध कोण घेऊन येणार, मुलांना शाळेत कोण सोडणार? तो स्वतःच्या कारणांनी दुःखी आहे, वडिलांसाठी रडणं नाही. ही कामं स्वतःला करावी लागतील याचं दुःख आहे. जे जागरूक असतात ते हा सुद्धा अनुभव घेतात की मृत्यू नाहीच आहे, शरीर बदलायचं आहे जसं कपडे बदलतो, घर बदलतो. मग मृत्यूच्या बातमीने दुःखी का व्हायचं? श्वासाप्रती जागरूक झालो तर श्वास बाहेर जाताना पाहत आहात, आत येताना पाहत नाही आहेत तर मृत्यू कसला? जागरूक व्यक्ती मरत नाही आणि दुसऱ्याच्या मृत्यूने दुःखी सुद्धा होत नाही.

5. लोक काय म्हणतील?

तुम्ही कधी विचार केला आहे का की "मी कोण आहे". जर तुम्ही विचार केला तर तुम्हाला दिसेल की लोक तुमच्याबद्दल काय-काय विचार करतात? काय म्हणतात म्हणजे घरचे विचार सांभाळत राहतात. काहीही करण्याच्या आधी आपण हा विचार करतो की मी असं केलं तर लोक काय म्हणतील? त्यांची काय प्रतिक्रिया असेल? जर असं नाही केलं तर लोक काय म्हणतील? ही गोष्ट मनात ठेवून आपण सतत गोंधळाने भरलेले जीवन जगतो. लोक महत्त्वाचे आहेत. लोकांच्या प्रतिक्रियेची काळजी केली तर तणाव तर येणारच. काहीही करण्याच्या आधी आपण भयभीत होऊन जातो आणि नेहमी हे जाणून घेण्यासाठी उत्सुक असतो की लोक काय म्हणतात?

ओशोंचे ध्यानाचे प्रयोग असे आहेत की त्यांमुळे आपलं वेडेपण, तणाव, दुःख आणि पीडा बाहेर पडते. त्यात काही रेचनाच्या प्रक्रिया आहेत तर काही नृत्याच्या. त्यांचे संन्यासी आणि प्रेमी अनेकदा असं म्हणतात की जर आम्ही असं केलं तर लोक वेडे आहोत असं समजतील. जर रेचन केलं नाही तर ध्यान होऊ शकतं का? लोकांच्या प्रतिक्रियेमुळे ध्यान सुद्धा पूर्णपणे करत नाहीत. अर्धवट मनाने करतात, तर मग तसे परिणाम लाभत नाहीत जसे लाभायला हवे होते. म्हणून मग ध्यानच सोडून देतात.

6. हीन भावना

जे लोक हीनतेच्या ग्रंथीने पीडित असतात, ते लोक पदलोलुप अथवा धन-लोलुप होऊन जातात. पदासाठी स्पर्धा, धनासाठी स्पर्धा म्हणजे हीन भावनेच्या आवरणाचा प्रवास आहे. जे कोणी आपल्या आत हीन भावनेने ग्रस्त असतात, ते स्वतःला हे दाखवण्यासाठी की "मी सुद्धा काहीतरी आहे" धन गोळा करण्याच्या कामी लागून जातात. जेणेकरून मग धनाढ्य होऊन हे दाखवू शकू की मला असातसा समजू नका. वरिष्ठ पदाची लालसा असते की काहीतरी करून मोठं पद मिळावं. अशी व्यक्ती कितीही धन मिळो, कितीही मोठं पद मिळो, नेहमी हीनतेच्या ग्रंथीने पीडित असते. ही व्यक्ती निश्चिन्त राहू शकत नाही. तणाव कायम राहतोच.

तथाकथित धार्मिक नेते आणि बहुतांश राजकीय नेते हीनतेच्या ग्रंथीने पीडित असतात. धार्मिक नेते काहीतरी विचित्र चाळे करतात जेणेकरून लोकांचं लक्ष त्यांच्याकडे खिळलेलं राहावं. ते कसं? संस्कृत श्लोक म्हणून आपला प्रभाव पाडण्याचा प्रयत्न, कठीण भाषेचा वापर आणि श्रोत्यांना नेहमी कनिष्ठ दाखवण्याचा भाव, तुम्ही पापी आहात, नीच आहात, अधर्मी आहात, घोर कलियुग आलं आहे, तुम्ही नास्तिक आहात, देवाचं भजन करत नाही, उशिरापर्यंत झोपून राहता, ब्रह्ममुहूर्ताला उठलं पाहिजे, पाणी गाळून प्यायला हवं, अनवाणी चाललं पाहिजे, तथाकथित संतांचा सत्संग केला पाहिजे, पाणी भरताना आणि आंघोळ करताना स्त्रीचं दर्शन करू नये, स्त्री हे नरकाचं द्वार आहे, स्त्रीचं दर्शन करू नये, केवळ पांढऱ्या गायीचं दूध प्यावं इत्यादी. जो मूर्खपणा तुमचे तथाकथित संत करतात तो इथे थोडाच दिला आहे. अशाच प्रकारे तुमचे राजकीय नेते आहेत. ही सर्व कर्मं स्वतःला दाखवण्यासाठी, दुसऱ्यांना आपला रुबाब दाखवण्यासाठी की "मी सुद्धा काहीतरी आहे". केवळ हीन भावनेने पीडितच असे उपद्रव करू शकतो?

हीन भावना का वाढीस लागते? जेव्हा मूल लहान असतं तेव्हा कोणतंच काम नीट करू शकत नाही तर मग मोठी माणसं त्याच्यावर निकृष्ट म्हणून टीका करतात.

तू कुचकामी आहेस, तुझ्याकडून हे काम होणारच नाही. असं वारंवार म्हटल्याने संमोहनामुळे तो स्वतःला कुचकामी समजू लागतो आणि विचार करत राहतो की मी कधीच यशस्वी होऊ शकणार नाही. तो इतका संमोहित होतो की काहीही करू लागला तर विश्वास किंवा आशेने करत नाही. तर मग त्याचं अयशस्वी होणं तर अनिवार्य आहे. काही करू न शकल्याने धन आणि बळाचा अभाव राहू लागतो.

लक्षात ठेवा, मुलांना प्रोत्साहन द्या आणि काम करण्याची संधी द्या. त्यांच्या आशेला दृढ बनवा, त्यांच्यात आत्मविश्वास जागवा, मेहनत करा, आज ना उद्या यश मिळेल, निराश

करू नका, काही इतर गुण असतील तर त्यांना जोपासा. पूर्ण प्रयत्न करा. आणि तरीसुद्धा जर यश नाही मिळालं तर पहिल्यापेक्षा जास्त उत्साहाने पुन्हा प्रयत्न करा. धन नसेल तरी निराश होऊ नका, धनाढ्यांचं जीवन पाहिलंत? आधी ते धन-पद कमवण्यात वेळ घालवला, आरोग्य घालवलं मग ही चिंता असते की धन-पद सुरक्षित राहावं, मग लक्षात घ्या तो जगला केव्हा? आपल्या दुर्गुणांवर अनावश्यक ध्यान देऊ नका. गुण वाढीला लागतील असं पाहा, धन आणि पद मिळवण्याचा प्रयत्न अवश्य करा परंतु आत्मप्रतिष्ठा आणि आत्मसम्मान गमावून नव्हे.

7. ध्वनी प्रदूषण

मानसिक तणाव वाढवणाऱ्या अन्य कारणांव्यतिरिक्त अतिरिक्त गोंगाट सुद्धा महत्वाची भूमिका निभावत आहे. गोंगाट कसा वाढतोय? रेल्वेचं इंजिन, विमानं, वाहनांची वर्दळ आणि हॉर्न वाजवणं, रेडिओ, टीव्ही, बॅण्डबाजा इत्यादी द्वारे. सर्वात जास्त गोंगाट जे करतात ते आहेत धार्मिक स्थळांतून सकाळी आणि संध्याकाळी लाऊडस्पीकर, बाजारात चालणारे स्टिरिओ, फटाके इत्यादी. लाऊडस्पीकरचा बराच दुरुपयोग होतो आहे आणि ध्वनी प्रदूषण होतं आहे. समाजाचा कुठलाच भाग याला विरोध करत नाही. संपूर्ण रात्र जागरणामध्ये लाऊडस्पीकर, कोणी नेता येणार असेल तर त्याच्या घोषणेसाठी लाऊडस्पीकर, कुठे कथावाचन असेल तर तिथे लाऊडस्पीकर.

तुम्हाला हे माहीत असलं पाहिजे की सर्व प्रकारचा गोंगाट विक्षिप्तपणा, हृदयविकाराचा झटका आणि रक्तदाबात पूर्ण योगदान देतो आहे. हे असं समजून घ्या की घरात जेव्हा लहान मुलं गोंगाट करतात तेव्हा अनेकदा आपण म्हणतो की गोंगाट काय लावलाय हा? माझं तर डोकं दुखायला लागलं, जा, बाहेर जाऊन खेळा किंवा शांत बसा. दोन मिनिटाच्या गोंगाटाने आपण त्रस्त होऊन जातो आणि जो गोंगाट निरंतर होतो आहे त्याचा कितीतरी प्रभाव पडतो आहे. तुम्ही अंदाजसुद्धा लावू शकत नाही?

8. भीती

आपण मुलांना नियंत्रणात ठेवण्यासाठी, त्यांना आपल्यावर निर्भर ठेवण्यासाठी भयभीत करतो. मुलं सांगितलेलं ऐकत नाहीत तर आपण त्यांना भूत-प्रेताचं भय दाखवून त्यांना घाबरवतो. तिथे नको जाऊस मांजर बसलेली आहे, बाबा येतोय, तुला घेऊन जाईल. मुलांच्या कोमल मनावर वाईट प्रभाव टाकतो. मुलं निष्पाप असतात, मोठ्यांचं ऐकून मनात एका काल्पनिक भुताची प्रतिमा तयार करतात. जेव्हा ते मूल मोठं होतं, तेव्हा भुताचं रूप बदलतं, अपमानाची भीती, नुकसान आणि रोगांची भीती इत्यादी त्याची पाठ

सोडत नाहीत. ओशो म्हणतात, प्रत्येक भीतीच्या मागे मृत्यूचं भय आहे. सगळं आयुष्य कोणत्या ना कोणत्या भीतीत घालवतो. परंतु लक्षात ठेवा एका लहान मुलाच्या कोमल मनावर जो प्रभाव पडतो तो सदैव टिकून राहतो. सगळं आयुष्य रडत राहतात. आपण मुलांना घाबरवायचं सोडत नाही. याच कारणाने त्यांना आपण ओरडतो देखील. लक्षात ठेवा. गोंधळ आणि समस्या बाहेर नसतात तर मनातल्या भीतीमुळे असतात. त्या आल्या की घाबरून जाऊ नये, साहसाने आणि धैर्यपूर्वक सामना करावा. कारण भीतीमुळे समस्या वाढतात. एका उदाहरणाने ही गोष्ट स्पष्ट करून सांगतो. माझ्याकडे एका 21 वर्षांच्या युवकाला आणण्यात आलं. म्हणू लागले, स्वामी महाराज याला तुम्हाला शरण जाऊद्या. त्याला पाहून मी म्हटलं याचा इलाज तर नंतर करू, आधी यांच्या आईवडिलांचा इलाज करण्याची गरज आहे. त्याच्याबद्दल त्याच्या आईवडिलांनी सांगितलं की जेव्हा तो दहावीत शिकत होता तेव्हा आम्ही दोघं त्याच्या मागे लागायचो की अभ्यास कर - अभ्यास कर. 95 टक्के गुण नाही मिळाले तर आयुष्य खराब होऊन जाईल. कुठे नोकरी मिळणार नाही. ओरडण्याची सवय आवश्यकतेपेक्षा जास्त झाली. ओरडण्यासोबत मारण्याचीही सवय लागली. मुलगा इतका भयभीत राहू लागला की रात्री झोपताना सुद्धा घाबरून उठून बसायचा. हळूहळू त्याला झटके येऊन लागले. रस्त्यात चालताना सुद्धा घाबरायचा. अशी हालत झाली की एकटा बाहेर जाऊ नाही शकायचा. हे सर्व आईवडिलांनी त्या मुलाच्या भल्यासाठी केलं होतं.

छोटीशी घटना सुद्धा जीवनात कसा बदल घडवून आणते. आपल्याला कळत सुद्धा नाही. नेपोलियन मांजरीला घाबरायचा, का? जेव्हा तो सहा महिन्यांचा होता, तेव्हा त्याची आया त्याला दूध पाजत होती, वाटी, चमच्याने. काही कारणाने तिला 1-2 मिनिटं तिथून जावं लागलं. दुधाची वाटी लहान नेपोलियनजवळ होती, जवळच कुठूनशी मांजर आली, दूध पिऊ लागली. आयाचा ओरडण्याचा आवाज, मांजरीने नेपोलियनच्या छातीवर पाय ठेवणं हे एकाच वेळी झालं तेव्हापासून तो मांजरीला घाबरू लागला. आणि अखेरच्या युद्धाच्या मैदानात त्याच्यासमोर बऱ्याचश्या मांजरी सोडून दिल्या. एवढ्या मांजरी पाहून नेपोलियन भीतीने बेशुद्ध पडला आणि त्याला कैद करण्यात आलं. मुलांना घाबरवून त्यांचं शोषण करू नका, ती भीती आयुष्यभर त्यांची पाठ सोडत नाही.

9. आत्मसंमोहन

संमोहनात शक्ती असते. आपण नेहमी दुसऱ्याकडून संमोहित होतो किंवा स्वतःच्या संमोहनात राहतो. दुसऱ्याकडून संमोहित होतो म्हणजे कुणाच्या तरी विचारांना आपण

आपलंसं करतो म्हणजे तेच विचार आपले विचार बनतात. अनुभव घेण्याचा आपण प्रयत्न करत नाही. दुसऱ्या व्यक्तीने तुम्हाला जे विचार दिले आहेत तो त्यांचा अनुभव आहे, तुमचा नाही. जोपर्यंत तुम्हाला अनुभव येत नाही, तोपर्यंत काही मानू नका. जेव्हा त्या विचारांना तुम्ही आपलंसं करता, मग इतरांना सांगता, तेव्हा इतर लोक त्या विचारांचं खंडन करतात, आणि तुमच्या अहंकाराला धक्का बसतो आणि मग तणाव येतो.

(क) स्वतःच्या संमोहनाने आपण आजार, दुःख कसे पकडून ठेवतो?

समजा तुम्हाला जास्त काम करावं लागलं किंवा रात्रभर जागरण करावं लागलं. तब्येत ठीक नसल्याने काही भीती वाटली तर तुम्ही डॉक्टरकडे तपासणीसाठी गेलात. तो तुमचं ब्लड प्रेशर पाहून सांगेल की तुमचं ब्लड प्रेशर जास्त आहे, इंजेक्शन घ्या आणि हे औषध घेत राहा, दोन-तीन दिवसांत बरे व्हाल. ब्लड प्रेशर जास्त आहे हे एकूण लगेच तुम्ही घरी येऊन कुटुंबियांना सांगाल. दुसऱ्या दिवशी मित्रांना सांगाल. हे वारंवार तेच ते म्हणत राहणं की बी. पी. हाय आहे; याने काल्पनिक बी. पी. हाय राहू लागेल. कुठल्यातरी प्रकारे आपण कोणत्या ना कोणत्या दुःख, पीडा किंवा तणावाला पकडतो. हा आजार खरा नसतो त्यामुळे कुठल्याही औषधाने तो बरा कसा काय होऊ शकतो. लोक डॉक्टरांकडे फेऱ्या मारतात, डॉक्टर बदलू लागतात, ॲलोपथी- होमियोपॅथीचा इलाज करवतात. अशा प्रकारे, दोन्ही प्रकारच्या संमोहनापासून स्वतःला वाचवा. वाचण्याचा उपाय आहे जागरूक होणं. जागरूक होण्यासाठी मार्ग आहे ध्यान.

10. कुटुंबात कलह, तणाव का?

ओशो म्हणतात की लग्नाचा कलह शाश्वत आहे, तो चालतच राहतो. लग्नापेक्षा मोठा कलह तुम्हाला शोधून पण सापडणार नाही. सतत कलह आहे. पत्नी पतीला आणि पती पत्नीला काबूत ठेवायचा प्रयत्न करत आहेत, म्हणून कलह आहे. मालकी हा हिंसेचा भाव आहे, प्रेमाशी त्याचा काही संबंध नाही. तुम्ही प्रेम करूच शकत नाही, आणि मुलं पैदा होतात. त्यांच्यावर सुद्धा तोच मालकीचा खेळ चालू राहतो.

कुटुंबात प्रत्येक मनुष्य दुःखी आहे. का? काय कारण आहे. विचारल्यावर सांगितलं जातं की पती पत्नीमुळे, पत्नी पतीमुळं, सासू सुनेमुळे, सून सासूमुळे, मुलगा वडिलांमुळे. म्हणजे प्रत्येकजण दुसऱ्या कुणामुळे तरी दुःखी आहे. ओशो म्हणतात, तुम्ही जर बारकाईने पाहिलं तर तुम्हाला हे दिसेल की तुम्ही स्वतःच्याच कारणाने दुःखी आहात. कोणाकडेच ती ताकद नाही की कोणी तुम्हाला दुःखी करू शकेल. जर आपण कुणामुळे दुःखी आहोत तर आपल्यामुळे सुद्धा कुणीतरी दुःखी असणारच. कुटुंबामध्ये कोणी तुमचं ऐकलं नाही

तर जास्त दुःखी होता. का? आपल्याला सन्मान हवा होता आणि अपमान मिळाला. होकाराची अपेक्षा होती आणि नकार मिळाला. कोणीतरी आपलं माणूस शिव्या देत असेल तर जास्त दुःख होतं. का? तुमची अपेक्षा काहीतरी वेगळी होती म्हणून तुम्ही दुःखी झालात. अपेक्षा ठेवूच नका. सन्मानाच्या अपेक्षेमुळे दुःख आतून येतंय. घरात किंवा कुणा प्रियजनाचा मृत्यू झाला की तुम्हाला दुःख होतं, का? मोह जडला असेल. **मोह जडूच देऊ नका. जितका जास्त मोह, तितकंच जास्त दुःख.**

आपण नेहमी आपलं सुख दुसऱ्या कशात तरी शोधतो. मग ते दुसरं काहीही असो - धन, पद, पत्नी, मुलं इत्यादी. सुखाच्या प्राप्तीसाठी ज्या गोष्टीची कामना करतो, जेव्हा ती मिळते तेव्हा सुख नाही मिळत. असं आपल्यासोबत रोज होतं, परंतु तरीसुद्धा आपण हे समजत नाही की दुसरं कोणी किंवा काही आपल्याला सुख देऊ शकत नाही.

कुटुंब ही एक संस्था आहे. समाज कुटुंबांनी बनतो. जर कुटुंबात प्रेम नाही तर समाजात प्रेम कसं असू शकेल? पती पत्नीचं आपसात प्रेम नसेल तर मुलांना दोघांचंही प्रेम मिळत नाही कारण मुलं हा आईवडिलांचाच विस्तार असतो. मुलालाच जेव्हा घरी प्रेमाची शिकवण मिळाली नाही. त्याला प्रेम नाही मिळालं तर मूल काय करेल? ते वेड लागण्याच्या दिशेने जाईल. मोठं झाल्यावर अशांत जीवन जगेल. शाळा, कॉलेजात तोडफोड करेल, चाकूने वार करेल, कॉलेजमध्ये, बाजारात आग लावेल. मोठ्यांचा आदर तर करूच नाही शकत. शिक्षकांना मारहाण करेल. **प्रेमाशिवाय वाढलेलं मूल मोठं होऊन हे सगळं करेल, कारण त्याच्या आत इतका राग भरलेला असेल की ते मूल तो राग व्यक्त करणारच.** पती-पत्नी भांडू लागले की राग मुलांवर काढणार आणि मूल वह्या-पुस्तकं फाडणार, काही वस्तू तोडून फोडून आपला राग बाहेर काढणार. छोट्या भावा-बहिणीला मारणार.

आजकाल मूल जन्मल्यावर लगेच त्याला पाळणाघरात ठेवलं जातं. आईवडिलांचं प्रेम न मिळालेलं मूल नेहमीच उपेक्षित राहणार. मुलाला आया मोठं करते की अनाथाश्रम, काय फरक राहिला दोन्हींत? दोन्ही स्थितींत आईवडिलांच्या प्रेमापासून वंचित राहिलं. ते मूल मोठं होऊन अशा आईवडिलांची सेवा करेल का? प्रेमाचा पहिला धडाच नाही शिकला. म्हणून आजकाल नैतिक शिक्षणावर भर दिला जातो आहे. नैतिक शिक्षण आधी मुलांचे आईवडील, शिक्षक आणि राजनेते यांना दिलं पाहिजे. लहान मुलांची दप्तरं जड होत चाललीयेत, शिक्षणाचं ओझं वाढत चाललंय, खेळायला वेळ नाही मिळत. **"ओशो म्हणतात 'मुलाचं वय खेळण्याचं आहे, खेळात सुद्धा ऊर्जा लावली पाहिजे नाहीतर मुलं लहानपणातच लैंगिकतेने भारून जातील."**

पती-पत्नी दोघांचा प्रयत्न एकमेकांवर मालकी दाखवण्याचा असतो. हळूहळू पत्नी आपल्या पतीवर मालकीहक्क गाजवते हे खरं आहे. पतीला पूर्णपणे आपल्यावर अवलंबून ठेवते, मग पाण्याचं ग्लास असो, माचीस असो, मोजे असोत वा रुमाल. पत्नी पूर्णपणे छोट्या छोट्या गोष्टींसाठी पतीला आपल्यावर अवलंबून ठेवून त्याला पांगळा बनवून टाकते. दोन दिवस पत्नी माहेरी गेली तर पती महोदयांची असहाय्य अशी हालत होऊन जाते. पती सुद्धा पत्नीला आपल्या तऱ्हेने स्वतःवर अवलंबून ठेवतो. ओशो म्हणतात **"ही गुलामी पारंपरिक असते."**

आपण लहान मुलाला काय शिकवतो? लहान मुलं खूप सुंदर असतात. प्रत्येक मूल गोंडस, प्रेमाने भरलेलं असतं. जसजसं ते मोठं होत जातं, तसतसं प्रेम हरवत जातं, का? आपण मुलाला शिकवतो. शंका घ्यायला.

(क) प्रेमाचा अर्थ आहे : विश्वास

प्रेमात भीती नाही. पण आपण मुलाला संदेह शिकवून त्याला भयभीत करतो. प्रेम आटतं. मोठं होऊन मूल सुरक्षिततेचा शोध घेतं, घराची, कुटुंबाच्या इज्जतीची काळजी घेणं.

(ख) मुलाला शिकवली जाते महत्वाकांक्षा :

म्हणजे सदैव प्रथम क्रमांक मिळवणं. प्रथम क्रमांक तर मिळवेल, पण जो दुसऱ्या नंबरवर असेल त्याचा शत्रू बनेल. जे मूल प्रथम क्रमांक मिळवू शकत नाही, कारण प्रथम क्रमांकावर तर एकच मूल असणार, ते मूल न्यूनगंडाने ग्रस्त होऊन जातं. ही भावना जन्मभर पाठ सोडत नाही.

आई-मुलगी आणि सासू-सून यांच्यात तणाव असतो. याची कारणं वेगळी आहेत. स्त्रिया खूप द्वेष करतात, मत्सरी असतात. ओशो म्हणतात "दोन स्त्रियांमध्ये मैत्री होणं खूप कठीण आहे. खोटी मैत्री बनवणं सुद्धा कठीण आहे. स्त्रियांमध्ये मैत्री होतच नाही. एकच खोलवरचं कारण असतं की कुठलीही स्त्री स्वतःचं शरीर, स्वतःचं सौंदर्य याने खूश नसते. दुसरी स्त्री अधिक सुंदर, अधिक प्रभावी, पुरुषांना आकर्षित करणारी, त्यांना बांधून ठेवणारी वाटते. म्हणून मग प्रत्येक स्त्री दुसऱ्या स्त्रीला शत्रू म्हणून पाहते. दूरच्या स्त्रिया ही तर बातच वेगळी आहे.

जेव्हा मुलगी तरुण होते तेव्हा आईला शत्रू म्हणून पाहण्यास सुरु करते. मुलगी तरुण झाली की आई तिची रवानगी करण्यास उत्सुक होते. बहाणे तर आई खूप करते की हिचं लग्न करायचंय, लवकर लग्न करायचंय, असं करायचंय, तसं करायचंय. पण कारण हे

असतं की घराचा केंद्रबिंदू मुलगी होऊ लागलेली असते, आई राहत नाही, त्यामुळे ईर्ष्या गहिरी होते.

अशाच प्रकारे सासू-सुनेत तणाव असतो. घरात आकर्षणाचा बिंदू सून बनून जाते. त्यामुळे सासू-नणंद दोघींनाही तणाव येतो. पण सासू हे विसरून जाते की तीसुद्धा केव्हातरी सून बनून आली होती. सासूला असं वाटतं की ती कालबाह्य झाली आहे. ओशो म्हणतात **"पत्नी जेव्हा नवी-नवी घरी येते तेव्हा पतीची पूर्ण काळजी घेते, त्याच्या प्रत्येक गोष्टीची चिंता करते पण जसं तिला मूल होतं, ती आई होते तेव्हा मग पतीची काळजी करायचं सोडून मुलाची काळजी घेऊ लागते".** त्यामुळे कोणी पिता आपल्या मुलाला पसंत करत नाहीत कारण त्याच्या येण्याने पत्नी पतीची राहातच नाही. जसं मूल होतं, तशी ती आई बनते. ती मुलाची होऊन जाते. मग पतीची पत एका नोकर-चाकराएवढी होऊन जाते. आता ते मुलाची प्रत्येक मागणी पूर्ण करण्याच्या कामी लागले. मुलांच्या पालनपोषणात सुद्धा आपण भेदभाव करतो. एक मूल वडिलांना आवडतं तर एक आईला, ते केवळ त्याचीच काळजी करतात. तीन मुलं असतील तर तिसऱ्या मुलाला आपण उपेक्षित आहोत असं वाटतं. अशा कुटुंबात मुलांमध्ये आपसात प्रेम असेल का? यात संदेह नाही की सगळे एकमेकांवर रोष ठेवून असतात. ओशो म्हणतात **"तुमच्या घरी मुलगे-मुली जन्मतात, तुम्ही खूप खूश होता. तुम्हाला असं वाटतं की हे प्राणी आता तुम्हाला सापडले ज्यांना आता तुम्ही तुम्हाला हवं तसं बनवा, हवं तिथे पाठवा, काहीही आज्ञा द्या, त्यांनी मानलीच पाहिजे."**

मनोवैज्ञानिक म्हणतात की लहान मुलांवर जो शतकानुशतकं अत्याचार होत आला आहे, तसा अत्याचार कोणाहीसोबत कधीच नाही झाला. गुलामाचा गुलाम देखील इतका गुलाम नसतो, जेवढी गुलाम तुमची मुलं असतात. कारण ती असहाय असतात, तुमच्यावर अवलंबून असतात. तुमच्याशिवाय ती जगू शकत नाहीत. एक लहानसं मूल आहे, दूध नाही मिळालं, काळजी नाही घेतली, सुरक्षितता नाही मिळाली तर मरून जाईल, जगूच शकत नाही. त्याचं आयुष्य दावणीला लागलं आहे. तुम्ही ही संधी सोडत नाही. तुम्ही ह्या संधीचा पुरेपूर फायदा घेता - त्याहूनही अधिक फायदा घेता. तुम्ही जरी हेच म्हणत असाल की माझं तुझ्यावर प्रेम आहे म्हणून असं करतोय. पण तुम्ही जर खूप छाननी केलीत, थोडे सजग झालात तर तुमच्या लक्षात येईल की तुम्ही अहंकाराचा आनंद घेत आहात. इतर कोणी तर तुमचं ऐकत नाही, तुमच्या मुलाला तर तुमचं ऐकावंच लागतं. त्यामुळे कुठलं मूल आपल्या बापाला माफ करू शकतं.

कुठलाच मुलगा आपल्या बापाला माफ करू शकत नाही. जर तुमच्या म्हातारपणात त्याला संधी मिळाली, जेव्हा तुम्ही वृद्ध आणि कमजोर व्हाल, असहाय व्हाल, लहान मुलासारखे व्हाल, तेव्हा तुमचा मुलगा तुमचा बदला घेईल. तेव्हा लहानसहान गोष्टींनी तुम्ही धुत्कारले जाल. तेव्हा तुम्ही तडफडाल आणि म्हणाल - मी पाप केलंय का? मी तुला मोठं केलं, मी माझं आयुष्य तुझ्यासाठी घालवलं, ओवाळून टाकलं आणि तू माझा बदला घेतोयस. हा कसला कृतघ्नपणा! नाही, पण तुम्ही तपासून पाहा, लक्ष द्या. तुम्ही तुमच्या अहंकाराला खूप जोपासलं असेल. या मुलाचे घाव अजूनही ताजे आहेत.

मुलांसोबत आपण अत्यंत अमानुष वागतो, आणि आपण हे बोलत राहतो की माझं खूप प्रेम आहे.

जेव्हा केव्हा मुलगा आईला किंवा वडिलांना विचारतो की बाहेर खेळायला जाऊ, त्याक्षणी ते म्हणतात "नाही नाही, अभ्यास कर". मुलाचं मन खेळात लागून राहिलेलं आहे, तो अभ्यास करूच शकणार नाही. पण त्याला नकार देण्यात आपण मुलावरची आपली मालकी सिद्ध करतो, पण मुलगा अभ्यास करत नाही, खोड्या करू लागतो, तेव्हा आपण म्हणतो जा बाहेर जाऊन खेळ. हेच तर मुलगा बोलतच होता.

मुलगा जेव्हा केव्हा काहीही मागतो, सांगतो तेव्हा ते ठीक असेल तर त्याक्षणी मान्य करायला हवं. ठीक नसेल तर तो लाख बोलला तरी मानू नका. हळूहळू चुकीच्या गोष्टींसाठी जिद्द करणं मुलगा सोडून देईल कारण तो हे समजून जाईल की ही मागणी चुकीची आहे, कितीही हट्ट केला तरी ती पूर्ण होणार नाही.

6.

तणावामुळे काय होतं?

अखिल भारतीय आयुर्विज्ञान संस्थानात केल्या गेलेल्या अध्ययनानुसार, मुलांच्या पालन पोषणात उणीव राहिल्याने उदाहरणार्थ आईवडिलांचं प्रेम न मिळणं, पती-पत्नीमध्ये तणाव, पती-पत्नीचा व्यस्तपणा या कारणांमुळे मुलांना पूर्ण वेळ देऊ न शकणं यामुळे मुलांमध्ये अंगठा चोखणं, नखं चावणं, माती खाणं, झोपताना दातांचा आवाज करणं, बिछान्यात मूत्रविसर्जन करणं, तोतरं बोलणं, खूप त्रास देणं, खूप राग येणं किंवा हट्ट करणं आणि परीक्षेच्या वेळी पोटात किंवा डोकं दुखत असल्याची तक्रार करणं इत्यादी सवयी मुलांमध्ये दिसून येतात आणि हळूहळू या सवयी बदलून मोठं झाल्यावर मुलाच्या मानसिक विकासात अडथळा निर्माण करतात आणि पुढे जाऊन मानसिक आणि शारीरिक समस्यांना जन्म देतात.

मुलं जेव्हा असहाय होऊन जातात जसं की अभ्यासाचं ओझं, गृहपाठ पूर्ण करू न शकणं, परीक्षेची पूर्ण तयारी नसणं. अशी मुलं डोकेदुखी किंवा पोटदुखीचा बहाणा नक्की करतात पण हे वारंवार होत राहिलं तर मुलांना गंभीर पोटदुखी होऊ लागते. शारीरिक तपासणी केल्यावर पोटदुखीचं काही शारीरिक कारण सापडत नाही. अशाच प्रकारे अनेक मुलं आजारी पडतात, थर्मामीटरवर शरीराचं तापमान सुद्धा जास्त दिसतं. पण जर औषध दिलं नाही आणि त्यांना ओरडलं नाही तर परीक्षेचा काळ संपल्यावर मुलं बरी होऊन जातात कारण तो आजार मनाद्वारे निर्माण झालेला असतो.

आईवडील बनणं सोपं आहे. पण मुलांचं संगोपन करणं कठीण आहे. आईवडील नोकरी करतात किंवा क्लबमध्ये जातात. त्यांची मुलं अनाथासारखी वाढतात. ते आपलं वृद्धत्व खराब करून घेत असतात कारण अशा प्रकारे वाढलेली मुलं ज्यांना आईवडिलांचं प्रेम नाही मिळालं ती प्रेम देणार कशी? मुलांना मानसिक रुग्ण बनवून त्यांचं पुढचं आयुष्य सुद्धा बरबाद करतात. **"जर मुलाकडे पूर्ण लक्ष देऊ शकत नाहीत तर मुलं काढतातच**

कशाला?" आजच्या काळात जेव्हा आईवडील मुलांच्या शिक्षणावर संपूर्ण लक्ष देऊ शकत नाहीत, तर अशा शाळांमध्ये त्यांना शिकवलंच का जातं, जिथे अभ्यासाच्या ओझ्यामुळे मुलं शाळेत खेळू शकत नाहीत. घरी आल्यावर गृहपाठ असतो त्यामुळे खेळू शकत नाहीत. अभ्यास आवश्यक आहेच, तितकंच किंवा त्यापेक्षा जास्त मुलांसाठी खेळणं सुद्धा आवश्यक आहे.

वर सांगितलेली लक्षणं जर तुमच्या मुलांमध्ये दिसत असतील तर आईवडिलांनी त्यांच्या पालनपोषणात राहिलेली उणीव भरून काढली पाहिजे. तुम्ही जर तोतरं बोलणाऱ्या मुलाला ओरडत-खेकसत राहिलात तर ही समस्या आणखी गंभीर होत जाते.

मानसिक रोगांचे डॉक्टर म्हणतात की मनुष्याचे 90 टक्के आजार त्याच्या मनाचे आहेत. मानसिक तणाव असल्याने मस्तिष्कातील सगळया स्वयंचलित नियंत्रण प्रक्रिया गोंधळून जातात. ज्याचा थेट परिणाम श्वसन तंत्र, हृदय आणि पचनसंस्थेवर होतो. यामुळे रक्तवाहिन्या आकुंचन पावतात त्यामुळे रक्ताभिसरणावर वाईट प्रभाव पडतो आणि हृदयाची गती वाढणं, रक्तदाब वाढणं, अर्धशिशी इत्यादी विकार जडतात. श्वसन तंत्रावर परिणाम झाल्याने दमा, श्वासनलिकेचा दाह आणि धाप लागणं इत्यादी आणि पचनसंस्थेत आतड्यांना इजा होणं, बद्धकोष्ठ, ॲसिडिटी, हृदयात जळजळ आणि भूक मंदावणं इत्यादी लक्षणं दिसून येतात. जननेंद्रिय आणि मूत्र संबंधित विकारांमध्ये मासिक पाळीची अनियमितता, मूत्रविसर्जन करताना त्रास, प्रदर रोग आणि अंतःस्त्रावी विकारांमध्ये थायरॉईड ग्रंथीमध्ये वाढ होते. मज्जासंस्थेच्या विकारांमध्ये थकवा आल्याने अशक्तपणा, वेदना, चिंता, तणाव, शरीर ताठर होणं, स्पॉण्डिलायटिस, झटके येणं, संधिवात. काही इत्तर विकार सुद्धा उत्पन्न होतात जसे की कॅन्सर, शुगर (मधुमेह), विक्षिप्तता, झोप न येणं, लकवा, अज्ञाताची भीती, बेचैनी इत्यादी.

या विकारांपैकी काही विकार तणाव संपताच संपून जातात किंवा त्यांचा प्रभाव कमी होतो. माझ्याकडे दोन केसेस आल्या होत्या. लकवा होता. मी पूर्ण कहाणी ऐकली आणि मग म्हटलं तुम्ही ठीक आहात, हवं तर आताच चालणं फिरणं सुरु करू शकता. तुमच्यात संकल्पाची थोडी कमतरता आहे, थोडा संकल्प करा. पण दोघेही तयार झाले नाहीत. एक पुरुष होता, म्हणू लागला - नाही नाही मी आता मजेत आहे. मला काही काम करावं लागत नाही, सासरकडची माणसं सगळा खर्च करतात. मुलांची लग्नं सुद्धा लावून देतील. त्यानंतर संकल्प करीन. पण कुणाला काही सांगू नका. आणि दुसरी स्त्री होती तिचीसुद्धा स्वतःची काही कारणं होती. ती सुद्धा म्हणू लागली तुम्ही कुणाला सांगू नका.

काही मुलांच्या आईवडिलांनी जेव्हा मला आपल्या मुलांच्या काही सवयींबद्दल सांगितलं. पण निदान केल्यावर म्हणतात, हे तर शक्य नाही, दुसरी कुठलीतरी पद्धत सांगा? त्यांच्याकडे वेळ नाही तर निदान कसं काय होऊ शकतं. म्हणतात, जाऊदे यांचं नशीब!

आईवडील आजकाल ही गोष्ट विसरून जातात, मुलांना वेळ देण्याऐवजी पैसा कमवण्याला महत्व देतात. असा पैसा काय कामाचा. जर मूल मोठं होऊन पैशाला महत्व देऊ लागलं, आईवडिलांना नाही तर मग दोष कोणाचा. आधी आईवडिलांनी मुलांना प्रेम नाही दिलं, वेळ नाही दिला, पैसा कमावण्यात दोघे व्यस्त राहिले तर मूल तर आईवडिलांकडून सर्व शिकणार. मोठं होऊन ते सुद्धा पैशाला महत्व देणार. म्हणून मुलांना प्रेम द्या, ती प्रेम शिकतील आणि प्रेम देऊ शकतील. प्रेमाचा स्वाद त्याने जाणलाच नाही, त्याला प्रेम माहीतच नाही तर मोठा होऊन काय करणार?

1. **अव्यवस्थित श्वास** - तणावाच्या ओझ्याखाली असलेली व्यक्ती जेव्हा श्वास घेते तेव्हा छाती फुलते, पोट आकुंचन पावतं मग जेव्हा श्वास बाहेर टाकते तेव्हा पोट फुलतं आणि छाती आकुंचन पावते. का? मूल ठीक श्वास घेतं. आपण मुलांना शिकवतो संदेह आणि महत्वाकांक्षा. संदेशामुळे मूल भीती धरून बसतं. तसंच, वर्गात सदैव प्रथम क्रमांक आला पाहिजे. संदेह आणि महत्त्वाकांक्षेमुळे मुलात तणाव भरून राहतो आणि श्वास बिघडतो. कॉलेजच्या शिक्षणापर्यंत मूल तणावग्रस्त होऊन जातं आणि अनेकदा आत्महत्या करण्याचा प्रयत्न करण्याचा विचार करतं. का? जी स्वप्नं तुम्ही दिली होती ती पूर्ण होताना दिसत नाहीत, आणि टोमणे मारणारे आपल्या बाजूने काहीच कसर ठेवत नाहीत. श्वास पूर्णपणे बदलून जातो. का? कारण त्या मुलाला सर्व कामं घाईघाईत करण्याची सवय लागते, त्याच सवयीमुळे श्वासोच्छ्वास उलट होऊन जातो, श्वास घेतल्यावर पोट फुललं पाहिजे, छाती का फुलते? कारण घाईघाईत श्वास घेतल्याने श्वास पोटापर्यंत जातच नाही. एखाद्या झोपलेल्या मुलाच्या पोटावर आणि नाकावर हात ठेवून हे तपासून पाहू शकता. श्वास व्यवस्थित कसा घ्यायचा याची चर्चा पुढे करू.
2. **तणावयुक्त स्नायू** - तणाव कुठे साचून राहील? तणाव आपल्या स्नायूंमध्ये साचून राहण्यास सुरुवात होते. म्हणजे असं बघा, राग आला, हात मारण्यासाठी उठला पण मारू शकला नाहीत. लाथ मारू पाहिलीत पण नाही मारता आली नाही. मग काय होईल? जी ऊर्जा हातात जागवली गेली, लाथेत जागवली गेली ती बाहेर पडू शकली नाही तर हातात आणि पायांत गाठ म्हणून राहिली. म्हणून ओशोंनी ध्यान विधी रचले. हे विधी स्नायूंमध्ये गाठ बनून राहिलेली ऊर्जा विसर्जित करतात, त्यांची

चर्चा आपण पुढे करू. जी गाठ पडली आहे त्यामुळे आपलं शरीर आणि स्नायू एक खास रूप घेतात. त्यामुळे जाणकार लोक शरीराची बनावट पाहून तुमचं व्यक्तिमत्व ओळखतात.

३. **अन्य लक्षणं** - म्हणजे तणावाच्या प्रभावामुळे स्नायूंमध्ये कंप, आणि रक्तात एक विषारी पदार्थ जो शरीरातल्या ग्रंथी (विशेषतः अड्रिनल) सोडतात आणि काही ग्रंथी पूर्ण काम करत नाहीत. डोकेदुखी, पाठदुखी, खांदेदुखी आणि स्पॉण्डिलायटिस यासारखी लक्षणं दिसून येतात. याव्यतिरिक्त व्यक्ती चिडचिडी बनते. चिंतेमुळे विसराळू बनून जाते. झोप पूर्ण होत नाही. निर्णय घेऊ शकत नाही. भोवळ येतेय असं वाटतं. लवकर थकवा येतो. दुःस्वप्नं पडायला सुरुवात होते. जास्त तणाव असला की अशा व्यक्तीला राग येतो आणि ती दुसऱ्यांच्या प्रति आक्रमक व्यवहार करते. कोणतंच काम करण्यात लक्ष लागत नाही. वारंवार बिडी, सिगरेट किंवा चहा पिण्याची इच्छा होते. वारंवार लघवी होते. दैनिक जीवनचर्या अस्ताव्यस्त होऊन जाते. अशी व्यक्ती दातांनी नखं चावू लागते. रिकामी बसून पाय हलवत राहते. रडणं - किंचाळणं सुद्धा होऊ शकतं. हात थरथरू लागतात. स्त्रियांमध्ये मासिक पाळी अनियमित होऊन जाते. पचनसंस्था शिथिल होते, रक्ताभिसरण पूर्ण होत नाही.

जेव्हा व्यक्ती अधिक तणावात असते तेव्हा मन स्वतःला वाचवण्यासाठी शरीरात रोग निर्माण करतं. जसं की तो माणूस म्हणू लागेल डोकं दुखतंय, छातीत दुखतंय, असं वारंवार केल्याने आत्मसंमोहन होतं आणि ती वेदना खोटी असूनही वेदनेची लक्षणं राहतात.

माझे एक मित्र होते ज्यांना अनेकदा वेदना व्हायच्या, सर्व प्रकारच्या तपासण्या केल्या पण कारण कळलं नाही. एकदा पंधरा दिवसांसाठी माझ्याकडे राहायला आले. काही दिवसांनंतर एका संध्याकाळी म्हणू लागले. आता मला त्या वेदना होऊ लागल्या आहेत. मी म्हटलं वेदना तुम्हाला आता जाणवताहेत. पण तुम्हाला तर वेदना परवा दुपारपासूनच सुरु झाल्या होत्या. मी म्हटलं आपण बोलत होतो तेव्हा तुम्हाला कोणतं उत्तर नाही सुचलं. तुम्ही हवालदिल होऊन गेला होतात. तुम्ही सहसा समस्येपासून स्वतःला वाचवण्यासाठी बहाणा करत होतात. वेदना काही नसतात, तुम्ही जर वेदनेचा बहाणा बनवला तर मी ना कुठलं औषध आणून देणार आणि ना तुमच्याकडे विशेष लक्ष देणार. हे बहाणे आपल्या पत्नीला किंवा इतर कुणालातरी दाखवा. तुम्ही समस्येपासून स्वतःला वाचवायला पाहताय जेव्हा की समस्या विशेष अशी काही नसतेच. तुम्ही संकल्प करा की मी पुढे समस्यांना तोंड देईन, वाचण्याचा प्रयत्न करणार नाही. त्या रात्री त्यांना कोणतीही वेदना झाली नाही आणि या गोष्टीला दहा वर्षं झाली, त्यांना पुन्हा कधी डोकेदुखीही झाली नाही.

एकदा पुन्हा आले म्हणू लागले डॉक्टर म्हणतायत शुगरची तपासणी करून घ्या. मी म्हटलं आता तुमचं मन नवीन बहाणा शोधतंय. त्यांनी तपासणी केली नाही आणि त्यांना जी लक्षणं दिसत होती ती सुद्धा बंद झाली.

मन आणि शरीर एकमेकांना प्रभावित करतात. मन स्वतःला तणावापासून वाचवण्यासाठी शरीरात रोग निर्माण करतं. अनुभवांनी हे सिद्ध झालं आहे की उच्च रक्तदाब, कॅन्सर, शुगर, लकवा, दमा, लठ्ठपणा, पोटातले अल्सर, निद्रानाश, किडनी निकामी होणं, मानसिक रोग होणं, बेचैनी, अज्ञाताची भीती, विक्षिप्तपणा इत्यादी आजारांचं मूळ कारण आहे मानसिक तणाव. उच्च रक्तदाबामुळे हृदयविकाराचा झटका, हृदय निकामी होणं इत्यादी समस्या होतात.

हृदयविकाराचा झटका अधिकतर पुरुषांनाच का येतो?

स्त्रिया आपल्या आतला तणाव विक्षिप्तपणा, क्रोध इत्यादींद्वारे किंवा रडून काढून टाकतात आणि इतर काही तणाव असेल तर तो मासिक पाळीच्या दिवसांत निघून जातो. पुरुषाला रडणं शक्य नसतं त्यामुळे तणाव, क्रोध सगळं साचून राहतं. परिणाम म्हणून हृदयविकाराचा झटका येतो. अनेक स्त्रियांना मासिक पाळीच्या दिवसांत खूप त्रास होतो. कारण? पूर्ण महिना तणाव साचवून ठेवणं. जेव्हा स्त्रियांना रडण्याची इच्छा असते तेव्हा त्या रडू शकल्या नाहीत तर तणाव साचत जातो. यामुळे मासिक पाळी अनियमित होऊ शकते आणि त्या दिवसांत खूप त्रास देखील होऊ शकतो कारण मासिक पाळीच्या माध्यमातून साचलेला तणाव बाहेर जाण्याचा प्रयत्न करत असतो.

तणावाने पीडित व्यक्ती काय करते?

जो मित्र तणावामुळे इतका दुःखी होऊन जातो, समस्यांशी लढण्याचं साहस त्याच्यात नसतं आणि ज्यांना जीवनात आशेचा किरण बिलकुल दिसत नाही ते आपलं आयुष्य संपवून टाकतात अर्थात आत्महत्या करतात.

दुसऱ्या प्रकारच्या व्यक्ती ज्या आत्महत्येचं धाडस करू शकत नाहीत त्या नशील्या पदार्थांचं सेवन सुरु करतात आणि तिसऱ्या प्रकारच्या व्यक्ती डॉक्टरांनी सांगितलेली औषधं घेत आयुष्य पुढे ढकलत राहतात.

पण तिन्ही उपाय चुकीचे आहेत. आत्महत्या करणं हा समस्येवरचा उपाय नाहीच आहे, का? एकदा का तुमच्या मनात हे ठरलं की जेव्हा कधी समस्या येतील तेव्हा सुटकेचा एक सोपा उपाय आहे आत्महत्या, तर मग प्रत्येक जन्मात जेव्हा केव्हा परिस्थिती

अनुकूल असणार नाहीत, समस्यांपासून सुटका मिळवण्याचा काही मार्ग शोधू शकणार नाहीत तेव्हा तुम्ही आत्महत्येचा विचारच कराल. या जन्मात जेव्हा आत्महत्येचा विचार येईल तेव्हा समजून जा की तुम्ही मागच्या जन्मी सुद्धा आत्महत्या केली असणार. यावेळी स्वतःला वाचवा. समस्यांशी दोन हात करून या प्रवृत्तीपासून स्वतःची सुटका करा.

सुरुवातीला नशील्या पदार्थांच्या सेवनाने थोडा आराम वाटू शकतो. पण लक्षात ठेवा तो खोटा आराम असतो. एकदा नशेतून बाहेर पडलात, नशेचा प्रभाव उतरला की लक्षात येईल की समस्या आधीपेक्षाही खूप मोठी झाली आहे. समस्या तर आहे तशीच आहे, तशीच राहणार पण नशेमुळे आपण कमजोर अवश्य होऊ. त्यामुळे समस्या आधीपेक्षाही मोठी वाटू लागेल. त्यामुळे अशी व्यक्ती सदैव नशेत राहणंच पसंत करेल.

डॉक्टरांची औषधं जीवनरूपी गाडी ओढत तर राहतात पण आसपासच्या सगळ्या लोकांना सावध राहावं लागतं. कितीतरी गोष्टी त्या व्यक्तीला सांगितल्या जात नाहीत. कदाचित अशाच कोणत्यातरी गोष्टीने त्या व्यक्तीला धक्का बसेल, आणि वेळेवर डॉक्टरांची मदत न मिळाल्याने मृत्यू होईल.

लोकांना संघटित करणारे दुसरे संप्रदाय

मानसिक रूपाने विक्षिप्त असलेले काही लोक धार्मिक किंवा राजकीय नेते बनतात. ते लोकांच्या भावना भडकवत राहतात. कधीकधी धर्म किंवा संप्रदायाच्या नावावर मंदिर-मशीद तोडतात. एखाद्या संप्रदायाच्या लोकांशी भांडण लावून देतात. आजपर्यंत सर्वात अधिक हत्या धर्मप्रसाराच्या नावाने झाल्या आहेत आणि धर्म धोक्यात आहे (म्हणजे नेतागिरी), वाचवा इत्यादी नाऱ्यांमुळे झाल्या आहेत. तणावग्रस्त व्यक्ती तोडफोड करू इच्छिते. तिला फक्त बहाणे हवे असतात. कधी जात आणि धर्माच्या रक्षणाच्या नावावर आणि कधी देश-भूमीच्या नावावर.

ओशो म्हणतात, “राष्ट्रप्रेम युद्धाकडे घेऊन जातं. भावाभावातलं प्रेम न्यायालयात घेऊन जातं. तुमचं हे कसलं प्रेम आहे की पृथ्वी नरक बनून गेली आहे. तुम्ही मंदिरावर प्रेम करता तर मग मशिदी जळतात, बाकी काही होत नाही. तुम्ही मशिदीवर प्रेम करत असलात तर मंदिर तोडलं जातं, बाकी काही होत नाही.”

7.

तणावापासून मुक्ती कशी मिळवावी?

तणावाच्या कारणांतच इलाज लपलेला आहे. कसा? तणावाच्या कारणांकडे लक्ष दिलं तर वास्तविकतः इलाज सुद्धा सहजपणे होऊ शकतो, थोडं समजून घेण्याची आवश्यकता असते, गोष्ट लक्षात आल्यावर तणाव नाहीच राहत. आपण दुसऱ्यांच्या केवळ चुकाच पाहतो. आपल्याकडे बोट केलं म्हणजे स्वतःच्या चुका ओळखल्या आणि स्वीकारल्या तर तणाव येणारच नाही. कसा?

1. पहिलं कारण

आपण पाहिलं की प्रत्येक व्यक्ती हे समजत असते की मी नेहमीच बरोबर आहे, माझ्या इच्छेनुसार सर्वांनी काम करावं. लक्ष द्या, असा विचार करणं मुळातूनच चुकीचं तर नाही, हा आपला मिथ्या दृष्टिकोन तर नाही? जेव्हा प्रत्येक व्यक्ती असा विचार करू लागते की मीच बरोबर आहे, तर मग ज्याच्याकडून तुम्ही अशी अपेक्षा ठेवताय की त्याने माझ्या इच्छेनुसार काम करावं तो सुद्धा स्वतःलाच बरोबर समजू शकतो. आपण जर ही गोष्ट लक्षात घेतली, आपली इच्छा न थोपवण्याची काळजी घेतली, प्रभाव टाकण्याचा प्रयत्न केला नाही, इतरांच्या सल्ल्याचा आदर केला, एकत्र निर्णय घेतला, प्रत्येक पैलू समजून घेण्याचा आणि समजावण्याचा प्रयत्न केला तर तुमच्या अहंकाराला धक्का लागणार नाहीच आणि तुम्हाला कोणत्याही प्रकारचा तणावही येणार नाही. मुलाचाही आदर करा. लहान मुलं बरीच समजदार असतात, त्यांना प्रेमाने प्रत्येक गोष्टीचे पैलू समजावून सांगितले तर त्यांना ते समजतात. आपण मोठे आहोत, म्हणून मुलाने आपलं ऐकलंच पाहिजे, हाच आपला प्रयत्न असतो. दोघांचे अहंकार एकमेकांवर आदळू लागतात, आणि काळासोबत ही टक्कर वाढतच जाते. वेळेतच सांभाळलं तर येणाऱ्या काळात टक्कर नाही तर समजून घेणंच जास्त फायदेशीर ठरेल.

काही बनण्याची इच्छा - मुलाला समजून घेण्याचा प्रयत्न करा. त्याची मर्जी कुठे आहे. त्याला इतकी समज नाही की योग्य निर्णय घेऊ शकेल. तरीसुद्धा आपण त्याला स्वातंत्र्य द्यावं, हे जाणून घेण्याचा प्रयत्न करावा की तो/ ती काय करू इच्छितात? मग एखाद्या मित्राप्रमाणे त्याला सगळे पैलू समजावून सांगावेत आणि त्याला निर्णय घेण्याची मोकळीक द्यावी. आपण डॉक्टर किंवा इंजिनियर होऊ इच्छित होतो, पण नाही झालो. आपले विचार मुलांवर थोपवण्याचा प्रयत्न केला नाही तर मग तणाव कसला? उद्या जर मुलगा/ मुलगी आपल्या प्रयत्नात यशस्वी झाले नाहीत तर त्यांना टोमणे मारू नये, तर त्यांची मदत करावी. असं केल्याने ते दुःखी होणार नाहीत, तणावात राहणार नाहीत.

काहीतरी मिळवण्याची इच्छा - कृष्णाने गीतेत म्हटलं आहे की कर्म करा, फळाची इच्छा धरू नका. असं का म्हटलं आहे? याचा अर्थ काय आहे? कृष्णाच्या उपदेशाचा अर्थ आहे की आपल्याला तेवढंच मिळतं जेवढी आपली योग्यता असते. कर्म केलं तर फळ अवश्य मिळणार. तेव्हा, जेव्हा आपली योग्यता असेल. कितीदा आपण असा विचार करतो, आपण एवढं कर्म करतोय पण त्याच्या अनुरूप फळ मिळत नाही. मिळतं, परंतु आपल्या मापदंडात फरक असू शकतो, परमात्म्याच्या फळ देण्यात नाही. लक्ष्य मर्यादित असेल तर तणाव सुद्धा मर्यादित राहील. असं म्हणतात की "संतोषी सदा सुखी". संतोष दोन प्रकारचा असतो. एक कोल्हा झाडावरच्या द्राक्षांपर्यंत पोहोचू शकला नाही आणि मग म्हणू लागला द्राक्षं आंबट आहेत. हा संतोष नाही. परमात्म्यावर श्रद्धा असली पाहिजे की जी काही माझी गरज असेल, परमात्मा ते मला देईलच. आपल्याला हवं तर खूप काही असतं, पण त्याची आपल्याला गरज असतेच असं नाही. जेव्हा आपली इच्छा पूर्ण होत नाही तेव्हा तणाव येतो. आपण म्हणतो, तू आहेस तर माझ्या इच्छा पूर्ण कर, इच्छा पूर्ण होत नाहीत तर म्हणतो तू नाहीच आहेस. आकांक्षा सीमित ठेवल्या तर शरीरावर, मेंदूवर कामाचं जास्त ओझं राहणार नाही. जितकं मोठं ओझं तितका जास्त तणाव. जे काही मिळालं त्यात तृप्ती असेल, काही तक्रारभाव नसेल तर परमात्म्यावर पूर्ण श्रद्धा हेच फायदेशीर समाधान आहे.

इच्छा पूर्ण होणं - आपल्याला हवं असतं की परमात्म्याने आपली इच्छा आपण व्यक्त करताच पूर्ण करावी. परमात्मा तसं करूही शकतो. आणि कधी कधी करतोही, पण नेहमीच नाही. जर त्याने इच्छा पूर्ण केली नाही तर पूर्ण श्रद्धा ठेवणारा समजून जातो की कदाचित या इच्छेची पूर्तता न होण्यातच आपली भलाई असावी. एक गोष्ट सांगतो, कदाचित हे समजेल की परमात्मा तत्क्षणी इच्छा पूर्ण का करत नाही?

एक माणूस जंगलात जात होता, थकला. एका झाडाखाली आराम करण्यासाठी थांबला. पाणी प्यायला. मग इच्छा झाली की स्वादिष्ट जेवण मिळायला हवं, भूक लागली आहे. जेवण आलं. खाल्लं. तृप्त झाला. मग आळस आला आणि इच्छा झाली की गादीवाला पलंग मिळाला तर थोडं निजू. गादीवाला पलंग आला. त्यावर पहुडला. विचार करू लागला वा काय बात आहे, या जंगलात जेवण मिळालं, पलंग सुद्धा आला, कोणी भूत-प्रेत तर नाही जे येऊन मला खाऊन टाकेल. चुकून तो कल्पवृक्षाखाली बसला होता, सर्व इच्छा पूर्ण झाल्या, म्हणून मग 'भूत-प्रेत सुद्धा प्रकट होऊन त्यांनी त्याला खाऊन टाकलं'.

तुमच्यासोबत चुकून असं झालं तर लक्षात ठेवा तुमचं सुद्धा हेच होणार आहे.

ओशोंनी आणखी एक गोष्ट सांगितली आहे :

"एका माणसाला कुणा महात्म्याने सांगितलं की या मंत्राचा जप सतत तीन महिने कर, परमात्मा प्रकट होऊन वरदान देईल. त्याचा यावर विश्वास तर नव्हता, पण तरी पण मंत्राचा जप करू लागला. तीन महिने सतत जप केल्यावर त्याच्या प्रभावाने परमात्मा प्रकट झाले आणि म्हणू लागले तीन वरदानं मागून घे. विश्वास असता तर आधीच विचार करून ठेवला असता की काय मागायचं आहे? परमात्म्याने असं म्हटल्यावर घरी पळत गेला, पत्नीला म्हणाला आज परमात्मा स्वतः म्हणतायत, जे काही मागायचं असेल ते मागून घे. ती स्त्री म्हणाली एक कढई नाहीये, तीच मागून घ्या. तत्क्षणी एक कढई प्रकट झाली. तो माणूस पत्नीवर खूप रागावला, डोक्याला हात लावून म्हणून लागला मूर्ख बाई काय मागितलंस तू हे. यापेक्षा तू मेली असतीस तर बरं आणि तत्क्षणी पत्नी मेली. परमात्म्याने विचारलं तिसरं वरदान मागून घे. माणूस म्हणू लागला माझ्या पत्नीला जिवंत करा. त्याला कढई तर मिळाली आणि पहिल्याला मृत्यू.

आपण जर हे समजून घेतलं की नेहमीच मीच कसाकाय बरोबर असेन, कदाचित दुसरा माणूस देखील बरोबर असू शकतो. एकत्र होऊन निर्णय घेतला तर अहंकाराला धक्का लागत नाही. आणखी म्हणजे, आपण जर काही बनू इच्छित असू, तर पूर्ण प्रयत्न करावा. नाही बनू शकलो तर इतर काही विचार करू नये आणि आपल्या मुलावर सुद्धा आपले विचार थोपवू नयेत. आणि परमात्म्यावर श्रद्धा ठेवावी, माझी जी काही गरज असेल ती तो पूर्ण करेल. या भावनेने समाधान मिळेल. म्हणजे अहंकाराला पोषण देणाऱ्यांना लक्षात ठेवलं तर तणाव येणार नाही.

दुःखातून मुक्त होण्यासाठी आपल्याला आपल्या वासनांना ओळखावं लागेल. जितक्या कमी वासना, तितकं कमी दुःख. वासनांना समजून घ्या आणि त्या सीमित ठेवा.

अहंकार ओळखावा लागेल. अहंकाराला खतपाणी घालणाऱ्यापासून स्वतःला वाचवावं लागेल. सुखी आणि आनंदी माणसाच्या अहंकाराला खतपाणी घालणं खूप कठीण आहे, कारण तो सुखी आणि आनंदी यासाठी आहे की त्याचा अहंकार नष्ट झाला आहे. जेव्हा आपण मोकळं हसतो तेव्हा संपूर्ण प्राणात, आपला अहंकार, तणाव विलीन होऊन जातो. अहंकाराशिवाय सुद्धा जगू शकतो, थोडा प्रयत्न करावा लागेल, सजग व्हावं लागेल.

आनंदात, मोकळं हसण्यात आपण अहंकार विसरून जातो म्हणून ओशो म्हणतात "नाचा, गा, आनंद व्यक्त करा", आणि याकडेच ध्यान म्हणून बघा.

2. दुसरं कारण :

दुसऱ्या माणसात आपलं सुख शोधणं - प्रत्येक व्यक्ती जेव्हा दुसऱ्या व्यक्तीत सुख शोधू लागते तेव्हा त्याचा अर्थ होतो की तिच्याकडे सुख नाही. म्हणजे असं बघा, पत्नी तुमच्याकडे मागतेय की सुख द्या, तुम्ही पत्नीकडे मागताय. सुख देणार कोण कोणाला? दोघेही मागणारे आहेत, देणारं कुणीही नाही, दाता तर कोणीच नाही, दोघेही भिकारी आहेत. मग झोळी तुमची सुद्धा रिकामी आहे, तर मग तुम्हाला राग येतो. असं वाटतं की आपल्याला धोका दिला गेलाय. धोका कुणीही दिलेला नाही. दोघे दुःखी एकत्र राहायला लागले तर दुःख दुप्पट झालं. तर मग सुखाची आशा करणंच व्यर्थ आहे की दुसऱ्याकडून सुख मिळेल. हा विचार देखील करणं की निवड चुकली, बरोबर नाहीये; कारण तुम्ही दुसऱ्या कुणाची सुद्धा निवड केली असती तरीसुद्धा हीच हालत झाली असती. मुळात हे समजून घ्या की दुसरी व्यक्ती म्हणजे पती-पत्नी किंवा धन किंवा पद यात सुख मिळणार नाही.

दुसऱ्या व्यक्तीकडून अपेक्षा करणं सोडून द्या - दुसरा आपल्याला काही देईल, अशी अपेक्षा ठेवू नका. इतकंच काय मंदिर, मशीद, गुरुद्वारा किंवा गिरिजाघरात परमात्म्याकडे अपेक्षाच घेऊन लोक जातात. जिथे कुठे मनोकामना पूर्ण होऊ शकतात, त्या सगळ्या ठिकाणी खुशाल जातात. हिंदू शीख इत्यादी लोक पीराच्या दर्ग्यावर जायला देखील कचरत नाहीत. एका ठिकाणी कामना पूर्ण नाही झाली तर दुसऱ्या ठिकाणी जातात. आणि दुसऱ्या ठिकाणी आपण तोपर्यंत थांबतो, जोपर्यंत मनोकामना पूर्ण होत राहतात. म्हणतात की तिथे माझा विश्वास बसला. पण जेव्हा मनोकामना पूर्ण व्हायच्या बंद होऊ लागतात तेव्हा? पण आपण याचा कधीच विचार केला नाही किंवा समजून घेण्याचा प्रयत्नच केला नाही की जेव्हा मनोकामना पूर्ण झाल्या तेव्हा तणाव कमी झाला का? झाला तर किती काळासाठी?

3. तिसरं कारण

वर्तमानात न जगणं तणाव घेऊन येतं : मनुष्य भूतकाळ म्हणजे पशुत्व आणि भविष्य म्हणजे परमात्म्याच्या मधोमध आहे; त्यामुळे द्वंद्वात जगतो. पशुत्व म्हणजे वासना, काम-क्रोध, लोभ-मोह, अहंकार असणं म्हणजे आपला भूतकाळ आहे. भूतकाळ म्हणजे खाली उतरणं आणि मनुष्य हेच करतो पण तरीही परमात्मा होऊ इच्छितो. मार्ग सापडत नाही. भूतकाळ विसरून गेलो, भविष्याच्या कल्पना नाही केल्या, वर्तमानात जगलो तर तणाव कमी होऊन जाईल. चिंता-तणाव बाहेर काढण्यासाठी आपल्याला एकच मार्ग म्हणजे सेक्सच दिसू लागतो. खाली जाण्याची जुनी सवय आणि 99 टक्के माणसं हेच करत आहेत. वर जाण्याचा आपल्या मनात विचारही येत नाही.

एखादी परिस्थिती येणार आहे, त्यात आपण काय केलं पाहिजे याचा निर्णय आपण आधीच घेऊन ठेवतो. म्हणजे शास्त्रांकडून उधार घेतो आणि तरीही भूतकाळातच जगतो. एक राजा एका गावाचा दौरा करणार होता. तर एक माणूस जो थोडाफार समजदार होता, त्याला बोलण्यासाठी तयार केलं गेलं. राजा तुमचं नाव विचारेल, वय विचारेल आणि मग काम विचारेल. त्याने सगळं चांगलं तोंडपाठ करून ठेवलं. पण जेव्हा राजा आला तेव्हा त्याने विचारलं तू काम काय करतोस? मग तोंडपाठ केलेली उत्तरं कामी आली नाहीत. जशी परिस्थिती असेल तसेच निर्णय घ्यायला हवेत. कसे? एका चोराचा मुलगा तरुण झाला, तो आपल्या वडिलांना म्हणाला - मला पण काम शिकवा. चोर म्हणाला - मी चोरी करतो. मुलगा म्हणाला - ठीक आहे तेच शिकवा मला. रात्री गेले, एका घरात खड्डा खणला, आत घुसले. एका खोलीत गेले तर वडिलांनी काही सामान खाली पाडलं. वडील दरवाजा बंद करून पळून गेले. मुलगा तिथेच अडकून राहिला. एका तासाभरानंतर मुलगा घरी आला आणि आल्यावर लगेच वडिलांवर डाफरू लागला. वडील म्हणाले - काय झालं. तो म्हणाला एक स्त्री दिवा घेऊन आली, मी दरवाज्याच्या मागे लपलो. जशी ती स्त्री दरवाजा उघडून आत आली मी फुंकर मारून दिवा विझवला आणि पळून घरी आलो. वडील म्हणतात हा पहिला धडा होता, आता झोप. वर्तमान परिस्थितीनुसार निर्णय घेणं म्हणजेच वर्तमानात जगणं होय. ओशो म्हणतात, माणसाने जास्तीत जास्त चार पावलं पुढे पाहिलं पाहिजे आणि त्यामुळे आपण अनंत मैल चालू शकतो.

जशा परिस्थिती नवीन आहेत, तशी नवीन उत्तरं शोधावी लागतील. शास्त्रांमध्ये जी उत्तरं दिली गेली आहेत, ती त्या काळासाठी आहेत. आज तशी परिस्थिती नाही आणि तशी माणसंही नाहीत. माणसाच्या चेतनेचा बराच विकास झाला आहे. आदिम काळातली उत्तरं आता कामी येणार नाहीत. लाख शास्त्र वाहा, काही होणार नाही. गीता

कृष्णाने अर्जुनासाठी सांगितली होती. आज ना अर्जुन आहे ना युद्धाचं मैदान. वर्तमान, म्हणजे वेळेचा सद्गुरूच योग्य मार्ग दाखवू शकतो.

4. चौथं कारण :

आपण पाहिलं की जितका जास्त मोह तितकंच जास्त म्हणजे त्याच प्रमाणात दुःख, तणाव, पीडा होणार. म्हणजे असं पाहा, तुमचे दोन मुलगे आहेत, एकाचा तुमच्याशी मोह जास्त जडलेला आहे. तुम्ही त्याची काळजी घ्याल, तो शिको, खूप शिको, मोठा अधिकारी होवो, त्याला मोठं पद मिळो, खूप पैसा कमवो. तुम्ही तर काळजी घेतली. पण मुलाला कवी व्हायचं आहे, चित्रकार व्हायचं आहे. तुमचा तणाव वाढणार की माझं नाव धुळीला मिळवणार. हा भुकेला मरणार. जर दुसरा मुलगा शिकला तर तुम्ही त्याची तितकीशी काळजी करणार नाही. तुम्हाला ज्याचा मोह आहे, त्याचीच काळजी तुम्ही करणार आणि तणावात सुद्धा राहणार. हे तुम्ही तुमच्या जीवनात, कुटुंबात बघा की असं होतंय.

कुटुंबात पती आहे, पत्नी आहे, मुलं आहेत. सहवास आहे, एकमेकांसोबत राहा, एकमेकांची काळजी देखील घ्या, परंतु मोह जडू दिला नाहीत तर तणाव येणार नाही.

5. पाचवं कारण :

आपण पाहिलं की दुसरा माझ्याबद्दल काय विचार करतो, त्याचे माझ्याबद्दल काय विचार आहेत, असं केलं तर लोक काय म्हणतील? मंदिरात जाऊ, दुकानात जाऊ की माळा गुंफत राहू जेणेकरून लोक मला धार्मिक समजतील. जोपर्यंत आपली नजर दुसऱ्यांच्या प्रतिक्रियेवर आहे, आपण दुःखी आहोत की सुखी लोकांच्या विचारांवर अवलंबून आहे. तर मग हे जाणून घ्या की तुम्ही दुःखी राहणारच आहात. सुखी कधी होऊच नाही शकत. शंकर-पार्वती आणि नंदी बैलाची एक जुनी गोष्ट तुम्ही ऐकली असेल. लोकांच्या प्रतिक्रियांमुळे त्यांना काय-काय बतावण्या कराव्या लागल्या. अखेर नंदी गमवावा लागला. खोट्या आणि उधारीच्या व्यक्तिमत्वाला सोडण्याचं धाडस म्हणजे तणावमुक्त होण्याचा पहिला प्रयत्न असेल. दुसऱ्यांच्या विचारांची पर्वा न करता जगलो तर तणाव येऊच नाही शकत. दुसऱ्यांचे विचार का वागवत राहता? स्वतःला जाणून घेण्याचा आणि समजून घेण्याचा प्रयत्न करा? जो जसा आहे, तसा त्याला स्वीकारा. दुसऱ्यांच्या विचारांना बाजूला ठेवून तुम्ही दुःखातून मुक्त होऊ शकता.

6. सहावं कारण :

आपण पाहिलं की ज्याच्या मनात हीनतेची भावना येते तो माणूस सदैव तणावात राहतो. का? असा माणूस स्वतःला श्रेष्ठ सिद्ध करण्यासाठी काहीही करू शकतो. त्याला ते नेहमी कमीच वाटेल. मग आणखी प्रयत्न करेल स्वतःला मोठं दाखवण्याचा, तोही कमीच वाटेल. आपण स्वतःला समजून घ्यावं, दुसरे तुम्हाला श्रेष्ठ मानतील अशी चिंता करू नका. तुम्ही जसे आहात तसं स्वतःला स्वीकारा, तणावाचा प्रश्नच उद्भवत नाही. हीन भावना सोडून देऊन वर येण्यासाठी आत्मविश्वास उभारावा लागेल. आत्मविश्वास जागा करण्यासाठी ध्यान आवश्यक आहे.

हीन भावनेने ग्रस्त व्यक्ती पदलोलुप आणि धनलोलुप बनून जाते. हीन भावना आपण लहानपणापासूनच मुलामध्ये रुजवतो. कशी? तू अभ्यास करू शकत नाहीस. तुझं तोंड असं आहे, तुझ्यासारखं कोणी आयुष्यात यशस्वी होऊच शकत नाही. तू गाढव आहेस, माहीत नाही केव्हा अक्कल येणार तुला. त्या मुलाला बघ, किती हुशार आहे, आज्ञाधारी आहे. तू नालायक आहेस, तू गुरंढोरं डोंगरावर चरवू सुद्धा शकणार नाहीस. माहीत नाही कसली नालायक अवलाद पैदा झाली आहे. पहिला नंबर येणं खूप दूरची बात आहे तू पास सुद्धा मोठ्या मुश्किलीने झालायस, तू झालाच नसतास तर बरं होतं. आपल्या दुसऱ्या भावांना बघ, त्याला बघ! अशा प्रकारच्या गोष्टी बोलून आपण मुलाला अगदी हीन-दीन बनवून टाकतो. मूल असहाय असतं. मिंधं होऊन जातं. हळूहळू त्या मुलाला देखील असं वाटू लागतं की मी काहीच करू शकत नाही. जेव्हा काही करण्याची संधी मिळते तेव्हा ते मूल प्रयत्न करतं. त्या सगळ्यांपेक्षा मोठं होण्याचा, ज्यांच्यावरून त्याला टोमणे मारले गेले होते. पण तरीसुद्धा असं वाटत राहतं की काहीतरी कमी राहिली आहे.

मुलांना कधीही टोमणे मारू नका, सतत टोमणे मारू नका. त्याची प्रतिभा कदाचित थोड्या उशिराने प्रकट होईल, त्याला संधी द्या. मुलाला समजून घ्या, प्रत्येक मूल अभ्यासात हुशार असेल असं जरुरी नाही. दुसऱ्या कुठल्यातरी कामात तो हुशार असू शकतो. मुलाला समजून घ्या आणि त्याला आपल्या पद्धतीने पुढे जाण्यास मदत करा. त्याच्यात हीनतेची भावना वाढू देऊ नका. तथाकथित संत आणि धार्मिक नेते यांच्या मूर्खपणाच्या गोष्टींच्या प्रती सजग झालो तर अशा वेडेपणाच्या गोष्टी करणं आपण थांबवू.

7. सातवं कारण :

आपण हे पाहिलं की ध्वनी-प्रदूषण मानसिक तणाव वाढवण्यास पुरेपूर हातभार लावत आहे. काही आवाज असे असतात, जे आपण कमी करू शकत नाही. जसं

की विमान, रेल्वेच्या इंजिनाचा आवाज, वाहनांची रहदारी, बँडबाजा. पण गोंगाट निर्माण करणारी काही उपकरणं जसं की रेडिओ, टीव्ही यांचा आवाज इतका ठेवावा की गोंगाट वाटणार नाही, ऐकायला सुखद वाटेल. आवाज खूप मोठा ठेवून शेजारी आणि गल्लीबोळातल्या लोकांना ऐकवू नये आणि लाऊडस्पीकरचा दहा-पंधरा मिनिटं वेळ निश्चित करावा. जागरणांवर वेळेचं बंधन घातलं गेलं पाहिजे आणि रात्री उशिरा लाऊडस्पीकर लावू नये. जागरण स्वतःच्या घरी करावं, शेजारी आणि पूर्ण शहराला जागरणासाठी मजबूर करू नये.

महत्वाकांक्षेचा रोग : काय वेडेपणा आहे, प्रत्येक मुलाला दुधासोबत जणू विष घोळवून पाजलं जातंय. महत्वाकांक्षा म्हणजे अँबिशन. असंच मरू नका. काहीतरी बनून दाखवा. इतिहासात नाव राहिलं पाहिजे. दुनियेने लक्षात ठेवलं पाहिजे की तुम्ही सुद्धा अस्तित्वात होता.

आणि तुम्ही मोठ्यातल्या मोठ्या पदावर पोहोचा, खूप पैसा कमवा, उंच इमारतीत घर घ्या, तेव्हा मग आपत्ती सुरु होते की हे सगळं मिळवण्यासाठी आयुष्यभर धावायचं? ज्यांना हे मिळवता नाही आलं ते तडफडतायत, ज्यांनी मिळवलं ते तडफडतायत. ज्यांना मिळवता आलं नाही ते तडफडतायत, कारण आयुष्य म्हणजे हार झाली आहे. अहंकार सुद्धा उभा करता आला नाही आणि सगळं छिन्न-भिन्न होऊन गेलं. आणि ज्यांनी मिळवलं ते तडफडतायत की हे जे मिळवलं ती सगळी मेहनत फोल होती. हे मिळवण्यात आयुष्य घालवलं. शांतीचा एक क्षण नाहीये. प्रेमाचा एक थेंब नाहीये. संगीताचा एक स्वर नाहीये. आत सगळं रितेपण आहे, अर्थहीनता आहे.

साऱ्या मानवजातीला एक रोग झाला आहे. आणि तो रोग आहे महत्वाकांक्षेचा रोग - लढत राहा. ही चिंता सुद्धा सोडून द्या की ज्या साधनांनी लढत आहात ती योग्य आहेत की अयोग्य? सवड कोणाला आहे? वेळ थोडा आहे आणि आयुष्याचा काही भरवसा नाही. त्यामुळे मग साधन योग्य असो किंवा अयोग्य, पण तुम्हाला सिद्ध करून दाखवायचंय की तुम्ही काहीतरी आहात आणि गंमत अशी आहे की दोन्ही बाजूला हार आहे. हरलात तर हार आहे, जिंकलात तर आणखी वाईट हार आहे.

मग स्वाभाविकच आहे की प्रत्येक माणूस हा रुग्ण वाटतो. प्रत्येक माणूस बेचैन दिसून येतो. प्रत्येक माणसाच्या आत फक्त आग आहे, ईर्ष्या आहे, मत्सर आहे; शांती नाही, आनंद नाही. कुठलंच काव्य जन्म घेत नाही, कुठलंही नृत्य होत नाही आणि मृत्यू दारावर येऊन उभा ठाकतो. तुमच्याकडे अश्रू आणि एक हरलेलं आयुष्य याशिवाय मृत्यूला भेट देण्यासाठी दुसरं काहीही नाही.

हा महत्वाकांक्षेचा लांबचा प्रवास आता आपल्या अंतिम टप्प्यात आला आहे. आता असं नाही की हळूहळू जळत राहणारी आग आहे, थोडी कोमट... आता ही भयंकर ज्वाळा उफाळून जळते आहे. सगळी दुनिया अगदी वाईट पद्धतीने बेचैन आहे. यावर एकच उपाय आहे की आपण मनुष्याला महत्वाकांक्षेपासून मुक्त केलं पाहिजे. महत्वाकांक्षा बाहेर धावत राहते आणि पोहोचवत मात्र कुठेच नाही. हे रस्ते जे बाहेर धावताना दिसतात, हे कुठेच जात नाहीत. चालत राहा, चालत राहा - यांचा काही अंत येत नाही. तुमचा अंत येतो. हे रस्ते मात्र असेच पडून असतात. हे रस्ते संपत नाहीत, तुम्ही संपून जाता.

महत्वाकांक्षेऐवजी आत्म- आकांक्षा - शांती जाणून घ्यायची आकांक्षा, स्वतःला ओळखण्याची, स्वतःत बुडून जाण्याची. बस, एकच इलाज आहे. एकच रोग आहे. नावं वेगवेगळी असतील, स्वरूप वेगवेगळं असेल. इलाज सुद्धा एकच आहे.

सगळं शिक्षण व्यर्थ आहे, सगळे उपदेश व्यर्थ आहेत जर ते तुम्हाला स्वतःच्या आत बुडून जाण्याची कला शिकवत नसतील तर. आणि तिथे आत रसाची धार वाहते आहे. तुम्ही एखाद्या भिकाऱ्यासारखे बाहेर भटकताय, आणि तुमच्या आत सम्राट बनण्याची भावना लपली आहे. या दुनियेत ज्या थोड्याफार लोकांनी आपल्या आत डोकावून पाहिलं आहे, तेवढेच लोक स्वस्थ राहिले आहेत, बाकी सगळे अस्वस्थ, रुग्ण आणि विक्षिप्त आहेत.

हीनतेची ग्रंथी आणि शक्तीची आकांक्षा : या शतकातले एक खूप मोठे मानसशास्त्रज्ञ अल्फ्रेड एडलर यांनी माणसाच्या जीवनातल्या सगळ्या गोंधळाचा मूलस्रोत हीनतेच्या ग्रंथीमध्ये आहे असं म्हटलं आहे. हीनतेच्या ग्रंथीचा अर्थ आहे की जीवनात तुम्ही कुठेही असा, कसेही असा, सदैव मनात अशीच पीडा असते की कुणीतरी तुमच्यापुढे आहे, कुणीतरी तुमच्यापेक्षा जास्त आहे, कुणीतरी तुमच्या वर आहे. मग त्याच्या जखमा होत राहतात. ही जखम आतल्या प्राणावर घाव घालते. मग तुम्ही जीवनाचा आस्वाद घेऊ शकत नाही, मग तुम्ही जीवनापासून फक्त पीडित, दुःखी आणि व्यथित होता.

हीनतेची ग्रंथी, इन्फिरियॉरिटी कॉम्प्लेक्स जर एकच असती तरी पण ठीक होतं. मग काहीतरी मार्ग आपण शोधून सुद्धा काढला असता. अल्फ्रेड एडलरने तर हीनतेची ग्रंथी असा शब्दप्रयोग केला आहे, मी तर बहुवचन वापरणं पसंत करतो : हीनतेच्या ग्रंथी. कारण कुणी तुमच्यापेक्षा जास्त सुंदर आहे. कुणाचं बोलणं गोड आहे, तुमचं नाही. कुणी तुमच्यापेक्षा जास्त उंच आहे, कुणी तुमच्यापेक्षा जास्त तंदुरुस्त आहे. कोणाकडे जास्त पैसा आहे, कोणाकडे जास्त ज्ञान आहे, तर कोणाकडे जास्त त्याग आहे. कोणी गीत गाऊ शकतं, कोणी संगीतज्ञ आहे, कोणी प्रतिज्ञा करतं, कोणी चित्रकार आहे, कोणी मूर्तिकार

आहे. करोड-करोड लोक आहेत तुमच्या चारही बाजूंना, आणि प्रत्येक माणसात काही ना काही खुबी आहे. कुठल्याही खुबीशिवाय परमात्मा तर कुणाला जन्माला घालतच नाही आणि ज्याच्या आत हीनतेची ग्रंथी आहे, त्याची नजर थेट खुबीकडे जाते की दुसऱ्या माणसात कोणती खुबी आहे कारण कळत-नकळत तो नेहमी हे चाचपून पाहतोय की मी कदाचित कुणाच्या मागे तर नाही राहिलो. मग जितके लोक आहेत, तितकंच हीनतेचं ओझं तुमच्यावर पडत जातं. तुम्ही जवळजवळ हीनतेच्या घोळक्याने घेरले जाता. एक गर्दी तुम्हाला चारही बाजूंनी दाबून टाकते. तुम्ही तिथेच आत तडफडत राहता आणि बाहेर पडण्याचा कोणताही उपाय नाही. याव्यतिरिक्त काय कराल तुम्ही?

एक माणूस मला म्हणाला मोठ्या अडचणीत सापडलो आहे. दोन वर्षांपूर्वी माझ्या प्रेयसीसोबत समुद्रकिनाऱ्यावर बसलो होतो. एक माणूस आला, पायांनी वाळू माझ्या चेहऱ्यावर उडवली आणि माझ्या प्रेयसीसोबत थट्टा-मस्करी करू लागला. तर मी विचारलं की मग तू काही केलंस का? तो म्हणाला, काय करू शकत होतो, माझं वजन शंभर पौंड, त्याचं दीडशे पौंड. पण तरीसुद्धा तू काहीतरी केलं असशीलच? तो म्हणाला, मी हे केलं की मी स्त्रियांची काळजी करण्याचंच सोडून दिलं त्या दिवसापासून. हनुमान आखाड्यात भरती झालो. हनुमान चालीसा वाचतो आणि दंड-बैठका मारतो. मग दोन वर्षांत माझं वजन सुद्धा दीडशे पौंड झालं. त्यानंतर मी एक स्त्री शोधली. तिच्यासोबत समुद्रकिनारी गेलो. तिथे बसलो सुद्धा नव्हतो की एक माणूस आला, त्याने पुन्हा लाथ मारली वाळूत, माझ्या डोळ्यांत धूळ फेकली, मग माझ्या प्रेयसीशी थट्टा-मस्करी करू लागला.

मी म्हटलं, आता तर तू काहीतरी करूच शकत होतास.

तो म्हणाला, काय करू शकत होतो. मी दीडशे पौंडांचा, तो दोनशे पौंडांचा. मग काय करतोस आता?

तो म्हणाला, मग आता हनुमान चालीसा वाचतो, आणि मग हनुमान आखाड्यात व्यायाम करतो. पण आता आशा सोडली, कारण दोनशे पौंडांचा झाला, तर काय भरवसा की कोणी अडीचशे पौंडांचा माणूस येणार नाही.

तुम्ही कधीही हीनतेच्या मार्गातून बाहेर पडू शकत नाही. किती लोक आहेत? किती विभिन्न रूपं आहेत? किती विभिन्न कौशल्य आहेत, पात्रता आहेत? तुम्ही त्याखाली दबून मरून जाल. अल्फ्रेड एडलरने माणसाच्या सगळ्या पीडा आणि चिंतेचा आधार दुसऱ्याबरोबर आपली तुलना करणं हा आहे असं म्हटलं आहे.

एडलर जसा अधिकाधिक खोलात गेला त्याला हे समजलं की माणूस अखेर का स्वतःला दुसऱ्याशी तोलून पाहतो. काय गरज आहे? तू तुझ्यासारखा आहेस, दुसरा

दुसऱ्यासारखा आहे. हे ओझं तू का घेतोस स्वतःवर? रोपं नाही घेत असं ओझं स्वतःवर. छोटंसं झुडूप मोठ्यातल्या मोठ्या झाडाच्या खाली निश्चिन्त असतं, ते कधी असा विचार करत नाही की हा वृक्ष किती मोठा आहे. छोटासा पक्षी गात राहतो, अगदी मोठ्यातला मोठा पक्षी बसलेला असेल तरी त्याच्या गीतात बाधा येत नाही की मी इतका छोटा आहे कसलं फतऱ्याचं गीत गाऊ. आधी मोठं व्हावं लागेल. लहान गवतात सुद्धा फुलं उमलतात, ते गवत चिंता करत नाही की इतक्या मोठ्या वृक्षाच्या खाली तुम्ही फुलं फुलवण्याचा प्रयत्न करताय, वेड लागलंय का. आधी मोठे व्हा मग फुलं आणा. नाही, निसर्गात तुलना नाहीच आहे, फक्त माणसाच्या मनात तुलना आहे.

तुलना का आहे? तर एडलरने म्हटलंय की तुलना यासाठी आहे की तुम्ही आणि सारी मानवजात एका तीव्र स्पर्धेने भारलेले आहात. त्या स्पर्धेला एडलर म्हणतो : दि विल टु पावर, शक्तीची आकांक्षा. मी कसा जास्त शक्तिवान होऊ. मग ते धन असो, पद असो, प्रतिष्ठा असो, यश असो, कौशल्य असो, काहीही असो. मी कसा शक्तिशाली बनू, हाच मनुष्याच्या सगळ्या स्पर्धात्मकतेचा आधार आहे. आणि जेव्हा तुम्हाला शक्तिशाली व्हावंसं वाटेल तेव्हा तुमच्या लक्षात येईल की तुम्ही शक्तिहीन आहात. जितकं तुम्ही शक्तिशाली होण्याचा प्रयत्न कराल तेवढीच तुमची कमजोरी तुमच्या लक्षात येईल कारण ठिकठिकाणी तुमच्या शक्तीला सीमा पडतील. सिकंदर, नेपोलियन आणि हिटलर सुद्धा चुकतात. त्यांच्या शक्तीला सुद्धा मर्यादा पडतात. आजपर्यंत कोणीही माणूस अशा ठिकाणी पोहोचू शकला नाहीये, जिथे तो म्हणू शकेल की शक्तीची माझी आकांक्षा तृप्त झाली. जे कधी झालं नाही ते कधी होणारही नाही आणि तुम्ही स्वतःला अपवाद मानण्याचा प्रयत्न करू नका.

ओशो म्हणतात की जर काही आवाज ऐकून माणूस वेडा होऊ शकतो तर हे मानणं खूप कठीण आहे का की काही आवाज ऐकून माणूस शांत होईल? जर काहीतरी ऐकून माणसाचं मन विक्षिप्त, वेडं होऊ शकतं, बेचैनी निर्माण करतं तर हे मानण्यास फार अवघड आहे का की काही आवाजांच्या विपरीत आवाज (संगीत) ऐकून मनुष्य शांत होऊ शकतो, समाधिस्थ होऊ शकतो. अशा काही संगीताच्या कॅसेट्स ओशोंच्या मार्गदर्शनाखाली तयार केल्या गेल्या आहेत.

8. आठवं कारण

भय - मुलांना भयभीत करू नका, त्यांना सोप्या पद्धतीने समजावून त्यांना नियंत्रणात ठेवा. तुम्ही व्यर्थच त्याला भयभीत करता, आणि मग भयभीत झालेलं मूल आयुष्यभर

ती भीती सोडू शकत नाही. काल्पनिक भुताचं रूपांतर काल्पनिक चिंतांमध्ये होतं. लहान मुलांच्या कोमल मनावर भय गहिरा प्रभाव टाकतं. नेपोलियन लहानपणी मांजरींना घाबरायचा. आणि मग युद्धाच्या मैदानात त्याच्या समोर मांजरी आल्यावर त्याचे हातपाय कापू लागले आणि तो हरला. काहीही असो मुलांना भयभीत करू नका.

9. नववं कारण

आत्म संमोहन - दुसऱ्याच्या संमोहन करण्याच्या सूक्ष्म पद्धतींना समजून घ्या आणि दोन्ही प्रकारच्या संमोहनापासून स्वतःला वाचवा. ध्यान हाच एकमात्र मार्ग आहे, जो आपल्याला जागरूक करतो, आणि जागरूक राहून जगणाऱ्याला कोणी संमोहित करू शकत नाही. आपण जागरण करतो, देवदेवता जागरण करतात की नाही माहीत नाही, पण आपण संपूर्ण परिसराला जागरणासाठी नक्कीच मजबूर करतो. देवीचं जागरण नाही स्वतःचं जागरण करण्यासाठी प्रयत्न करा. जागरूक होऊन, संमोहनाशिवाय जगण्याची मजाच काही और आहे; ना दुःख आहे ना तणाव.

कुटुंबात वाद असतात - कुठलंच कुटुंब वादापासून वाचलेलं नाही. मग काय उपाय आहेत की कुटुंबात वाद होऊ नयेत. ओशो म्हणतात की **कुटुंबाच्या पायातच गोंधळ आहे. कसा? तरुण मुलगा आणि मुलगी यांचं लग्न लावून देताना आपण त्यांच्यात प्रेम आहे की नाही याची चर्चा करत नाही. मुलगी किती शिकलेली आहे. मुलीचं कुटुंब समृद्ध असेल तर हुंडा सुद्धा देणार की नाही, घर-परिवाराची समृद्धी पाहिली जाते. असं म्हणतात की पैसा असेल तर मुलामुलीचे गुण-अवगुण लपून राहतात, म्हणजे त्यांच्या गुण-अवगुणाची कोणी पर्वा करत नाही? पायाच पोकळ असेल तर वर घर कसं बनेल, आपण अंदाज लावू शकतो. ओशो म्हणतात, पती-पत्नीमध्ये प्रेम नाही, ते मुलांवर प्रेम करू शकणार नाहीत. का? आपल्या मुलांमध्ये पती-पत्नी आपलं प्रतिरूप पाहतील. त्यामुळे ते मुलांवर प्रेम करू शकणार नाहीत. अशी मुलं जी पती-पत्नीच्या सततच्या कलहाच्या वातावरणात प्रेमाशिवाय वाढतील, ती सुद्धा मग तणावात राहतील. त्यांचा सुद्धा पुढे पाया पोकळच राहील.**

आईवडील आपल्या मुलांची लग्नं लावून देऊन त्यांना गृहस्थाश्रमात ढकलून आपल्या जबाबदारीतून मुक्त होतात. पण आपले अनुभव कधी सांगत नाहीत. का? त्यांना अशी भीती वाटते की जर आपले अनुभव सांगितले तर कदाचित मुलं लग्नच करणार नाहीत. मला जेव्हा लग्नासाठी विचारलं गेलं तेव्हा मी स्पष्टपणे सांगून टाकलं की तुम्हा

दोघांना सतत कलह करताना पाहिल्याने मी लग्न करणार नाही. तुम्ही जर मला नरकात ढकलू इच्छित असाल, तुम्हाला असं हवं असेल की मी सुद्धा तुमच्यासारखाच दुःखी राहू तर मग मी लग्न करतो. एवढी हिम्मत त्यांची झालीच नाही की मला असं बोलतील. कारण एक दिवसही असा जात नाही की ज्यादिवशी ते भांडले नाहीत. हे माझ्याच घरी होत होतं असं नाही, संपूर्ण परिसरात असंच होतं कारण परिसरातल्या दोन स्त्रिया जेव्हा गप्पांसाठी बसायच्या, तेव्हा आधल्या दिवशी घरात झालेल्या महाभारताचंच वर्णन करायच्या.

बरेच मित्र आपली समस्या घेऊन येतात, तर त्यांच्या समस्या थोड्याफार फरकाने एकसारख्याच असतात. हीच गोष्ट मला हैराण करते. ओशोंनी आपल्या प्रवचनांमध्ये याच समस्या सांगितल्या आहेत. ओशो म्हणतात की "लग्न ही सुद्धा एक पाठशाळा आहे, जी तुम्हाला एक खूप मोठा धडा शिकवते; सर्व शिकवते की दुसऱ्या माणसाकडून (पती-पत्नी) तृप्ती मिळणार नाही, आनंद मिळू शकणार नाही. जर मुलगा किंवा मुलगी यांच्याकडे सुख असतं तर त्यांनी लग्नच का केलं असतं? ना मुलाजवळ सुख आहे आणि तो मुलीमध्ये सुख शोधतो आणि ना मुलीकडे सुख आहे, तर ती सुख मुलामध्ये शोधते. दोघे दुःखी एकमेकांना मिळाले की अजून घनिष्ट दुःख मिळतं, सुख मिळत नाही. जर सुख कोणाकडे नव्हतंच तर दुसऱ्याला देणार तरी कुठून? आणि हा एक खूप मोठा धडा आहे, कारण याचा अर्थ आहे की आनंद स्वतःपासूनच मिळू शकतो, स्वतःतच मिळू शकतो."

8.

कुटुंबात कलह, तणाव आहे! त्यावर उपाय काय आहे?

आजकाल मुलंमुली शिक्षित होताहेत. शाळा-कॉलेजात नाही झाली तरी आजूबाजूचं वातावरण, सिनेमा आणि टीव्हीचे कार्यक्रम त्यांना नव्या पद्धतीने शिक्षित करतच आहेत. आता तर घरात मोलकरीण सुद्धा काहीतरी इंग्रजीत बोलताना सापडेल. मग ती कदाचित एक दिवस सुद्धा शाळेत गेलेली नसेना का. वातावरण एकदम वेगळं आहे. म्हणून आईवडिलांनी आपल्या मुलांना इतकं समजदार बनवण्याचा प्रयत्न केला पाहिजे की ती स्वतःचे निर्णय स्वतः घेऊ शकतील. त्यांना निर्णय घेण्यात मदत करा, आपला स्वार्थ आणि अहंकाराची पूर्तता यासाठी आपले निर्णय त्यांच्यावर थोपवण्याचा प्रयत्न करू नका.

ज्या प्रकारे त्यांना जगायचंय तसं त्यांना जगू द्या, तुम्हाला जर वाटलं की त्यांचा मार्ग चुकीचा आहे तर मुलांना त्यांच्या निर्णयातले फायदे-तोटे, चांगल्या-वाईट गोष्टी समजावून सांगा आणि त्यांना निर्णय घेऊ द्या.

आज एक मुलगा लग्नासाठी मुलगी बघायला जातो तेव्हा काय बघतात? मुलगा बघतो की मुलगी सुंदर आहे की नाही. आईवडील बघतात की घर समृद्ध आहे की नाही, जर समृद्ध आहे तर हुंड्यात काय देणार? कुठलाही मुलगा जेव्हा मुलीला पाहतो तेव्हा होकार देतो. मग मुलगी कशीही असो. का? मुलगा तरुण आहे, वासनेने भरलेलं मन आहे म्हणून मग जी मुलगी पाहतो, तीच सुंदर वाटते आणि होकार देतो. नकार फक्त एकाच परिस्थितीत देईल, तो जर आधीच कुणावर तरी प्रेम करत असेल आणि आईवडिलांनी विरोध केला तर. अन्यथा नकार देण्याचा प्रश्नच उद्भवत नाही.

मुलगा मुलीला बघायला जाईल तेव्हा काय बघेल? तिचं रंगरूप, पण त्वचेच्या रंगावरून तिचे इतर आचार-विचार तर कळणार नाहीत.

आईवडिलांनी प्रामाणिकपणे आपल्या मुलांना सांगावं की त्यांना कुठे कुठे दुःख मिळालं. मुलांना पूर्वसूचना द्या आणि हुंडा न घेता त्यांना जीवनसाथी शोधण्यात भावनात्मक रूपात मदत करा, यामुळे मुलामध्ये तुमच्या प्रती प्रेम, आदर वाढेल.

लहानपणापासून मुलगा आपल्या आईच्या सान्निध्यात असतो. आईने त्याला प्रेम दिलं. तो जेव्हा केव्हा कुणा मुलीला जीवनसाथीच्या रूपात पाहायला जाईल, तिच्यामध्ये तो आईचं प्रतिरूप पाहू इच्छित असेल. म्हणून सहसा असं म्हणतात, मुलगा नेहमी साध्यासुध्या बाईलाच पत्नी बनवू इच्छित असतो. तर आईचं प्रतिरूप असल्याने आणि मुलगी आपल्या घरी वडील किंवा मोठ्या भावाच्या सान्निध्यात राहिली, तिला प्रेम मिळालं. जीवनसाथी मुलग्यामध्ये वडील किंवा मोठ्या भावाची छबी पाहून मुलगी होकार देते. मुलगी मुलग्यासाठी आई नाही बनू शकत आणि मुलगा मुलीसाठी वडील किंवा मोठा भाऊ नाही होऊ शकत. हे शक्य नाही, त्यामुळे लग्नानंतर दोघांनाही जेव्हा सुख मिळत नाही तेव्हा म्हणतात की फसवले गेलो. आता काय होऊ शकतं? कुठल्याही मुलीसोबत किंवा मुलासोबत लग्न झालं असतं तरी हेच होणार होतं.

अशा स्थितीत उपाय काय आहे?

पहिली गोष्ट दोघांनी समजून घेतली पाहिजे ती ही की दुसरं माणूस आपल्याला सुख देऊ शकत नाही; ही गोष्ट समजून घेतली तर बाकी सगळं सोपं होऊन जातं. मग आता एकमेकांवर फसवल्याचा आरोपही करू शकत नाही आणि एकमेकांबद्दल शंकाही घेऊ शकत नाही की निवड चुकली. इतर कोणाबरोबरही लग्न झालं असतं तरी हेच होणार होतं.

पती-पत्नीने हे समजून घेतलं पाहिजे की त्यांना आयुष्यभर सोबत राहायचं आहे. म्हणून एकमेकांवर हुकूम गाजवण्याचा भाव न ठेवता मैत्रीचा भाव ठेवला पाहिजे. एकमेकांना चांगल्या प्रकारे समजून घ्यावं आणि घर चालवावं. पत्नी आणि पती यांना हवं असतं की कुटुंब चालवण्यामध्ये त्यांच्या (दोघांच्याही) आईवडिलांनी सल्ला द्यावा पण जास्त दखल देऊ नये. मुलीचे आईवडील जास्त दखल देऊन, त्यांना वेगळा संसार मांडण्याचा सल्ला देऊन, कदाचित त्यांच्यासाठी समस्या तर निर्माण करत नाही आहेत? अशा प्रकारचे निर्णय त्यांना आपल्या अनुभवाच्या आधारे घेऊ द्यावेत.

घरात तणाव आहे, पत्नी रागात आहे तर तिने जेवण न बनवलेलंच बरं आहे. का? रागातली ऊर्जा जेवणात जाईल तर मग ते रागात बनवलेलं जेवण जेवणारे किती शांत राहू शकतील?

स्त्रिया खूप मत्सरी असतात. ओशो म्हणतात की **"स्त्रिया खूप द्वेष करतात,**

पुरुषांपेक्षा जास्त. दोन स्त्रियांमध्ये मैत्री होऊच शकत नाही. कारण कुठलीच स्त्री आपलं शरीर, आपलं सौंदर्य याने खूश नाहीये. दुसरी स्त्री नेहमी जास्त सुंदर, जास्त प्रभावी, पुरुषांना आकर्षित करून घेणारी वाटते. मग प्रत्येक स्त्री दुसऱ्या स्त्रीला शत्रूच्या स्वरूपात पाहू लागते. लांबच्या स्त्रिया ही वेगळीच गोष्ट आहे, जेव्हा घरात मुलगी तरुण होते, आई तिला घरातून काढण्यासाठी उत्सुक होते. बहाणे ती खूप करते की हिचं लग्न करायचं आहे, लवकर करायचं आहे. असं करायचं आहे, तसं करायचं आहे. पण कारण हे असतं की घराचा आकर्षण बिंदू मुलगी होऊ लागते (सून घरात आली की घराचा आकर्षण बिंदू सून होऊन जाते) हे आईला नको असतं. ईर्ष्या दृढ होते.

ओशो यावर देखील उपाय सांगतात. ते पुढे म्हणतात की "जर व्यक्तीने आपलं शरीर आणि आपलं सौंदर्य स्वीकारलं की मी हेच आहे, परमात्म्याने मला असंच बनवलं आहे, तेव्हा मग कुठलाच संघर्ष उरत नाही".

मुलांचं संगोपन व्यवस्थित करावं; म्हणजे पती पत्नीमध्ये प्रेम आहे, मुलांचं संगोपन करायला वेळ आहे, आया किंवा नोकराच्या भरवशावर किंवा पाळणाघरात ठेवून वाढवायचं नसेल तरच मुलं पैदा करावीत. मुलं तर जनावरांची पण मोठी होतात. पण प्रेमाशिवाय वाढलेलं मूल हे जनावरांच्या मुलापेक्षाही वाईट आहे. जे पेराल ते उगवेल. आज तुम्ही स्वतःच्या सुख-सुविधा लक्षात घेतल्यात आणि पैसा मिळवण्याला प्राथमिकता दिलीत. उद्या ते मूल सुद्धा तसंच करेल तेव्हा त्याला दोष का म्हणून द्यायचा? प्रेमाशिवाय मोठं झालेलं मूल आयुष्यात राग आणि घृणा यांनी भरलेलं असेल. हिंसक होईल, आक्रमक होईल.

सर्व मुलांकडे पूर्ण लक्ष द्या, मुलांमध्ये विभागणी करू नका, एखाद्या मुलाला प्राधान्य देऊन दुसऱ्याची उपेक्षा करू नका. मुलांच्या अवास्तव मागण्या अजिबात मान्य करू नका, मग ती कितीही हट्ट करोत, मुलाला प्रेमाने समजावलं तर मूल हट्ट सोडून देईल, ओरडल्याने ते मूल आणखी हट्ट करेल. लक्षात ठेवा, मूल आज असहाय आहे, त्याला तुमच्या आधाराची गरज आहे. आधाराशिवाय ते बिचारं मूल मरून जाईल. परंतु उद्या हे विपरीत होऊन जाईल. मुलांना आपण प्रेमाने वाढवलंय, प्रत्येक अडचणीत त्याला समजावलंय, त्याला साथ दिली आहे, ते मूल मोठं होऊन तुम्हाला प्रेम देईल, त्याने जर प्रेमाचा धडा गिरवलाच नाही तर तो काय देईल? अनेकदा आई-वडील पैसा कमवण्याच्या नादात मुलांना पुरेसा वेळ देऊ शकत नाहीत. म्हणतात, बाळा हे सगळं तुझ्यासाठीच तर करतोय, तुलाच कामी येईल. पण पैशाने प्रेमाची पूर्तता होऊ शकत नाही. पैसा आपण

आपल्या अहंकाराच्या तृप्तीसाठी कमावतोय. माझे वडील पण हेच म्हणायचे, मग एक दिवस मी त्यांना म्हटलं समजा मी आज संन्यासी झालो किंवा मरून गेलो, तर मग तुम्ही पैसा कमावणार की नाही?

मुलाला अहंकार शिकवू नका, त्याला घाबरवू नका, महत्वाकांक्षा शिकवू नका. मूल तेव्हाव्ही आयुष्यात पुढे जाईल; हा आपला भ्रम आहे की महत्वाकांक्षेशिवाय, अहंकाराशिवाय कोणी प्रगती करू शकत नाही. हो, हे शक्य आहे की कुणाला मोठं पद मिळणार नाही, श्रीमंत होणार नाही पण सुखाने जगेल, संतोषपूर्वक जगेल. आनंदाने जीवन जगेल, हिंसक होणार नाही.

लहान मुलाला आपण राजकारण शिकवतो. आपल्याला हवं असतं की मुलांनी हसावं, मग जसं मुलाला कळतं की हसण्याचे फायदे आहेत, ते मूल हसतं. लहान मुलाला आपण म्हणतो चॉकलेट देईन, पण काम कर, काका-काकांना नमस्कार कर, गाणं म्हण किंवा नाचून दाखव. लाचलुचपत आपण लहानपणीच शिकवतो. ओशो म्हणतात ज्या देशात देव-देवता आणि भगवंत सुद्धा नारळ किंवा लाडू घेऊन काम करतात तर तिथे एखादा नागरिक जर लाच घेत असेल तर वाईट काय आहे? मंदिर, मशीद आणि गिरिजाघर, गुरुद्वारा मध्ये प्रार्थना करून पाहा. मग कळेल की देवाला लाचलुचपतीचं आमिष दिलं जात आहे की नाही? आपण देवाची सुद्धा स्तुती-गीतं गातो, देवाला प्रसन्न करण्यासाठी त्याची चमचेगिरी करतो तर मग राजकीय नेते आणि अधिकारी सुद्धा स्तुती करणाऱ्यांनी म्हणजे चमच्यांनी घेरलेले असतील तर त्यात आश्चर्य कसलं? हे सगळं लहानपणीच शिकायला सुरुवात होते. एवढीशी छोटीशी गोष्ट की चॉकलेट मिळेल -आधी सांगितलेलं ऐक, पुढे भ्रष्टाचाराला बढावा देईल याची आपण कल्पना सुद्धा करू शकत नाही.

लहानपणीच मुलाला खरं-खोटं, फायदा-तोटा, सुंदर-कुरूप, काळा-गोरा असले धडे शिकवायला सुरुवात केली जाते. आई-वडील, मित्र आणि शाळेत याचं पूर्ण प्रशिक्षण दिलं जातं. मुलांमध्ये फूट पाडून भांडण करायला शिकवलं जातं. एकमेकांविषयी प्रेमभाव न शिकवता अहंकाराला बढावा दिला जातो, हीन भावना निर्माण केली जाते. या छोट्या छोट्या गोष्टी, हे सर्व कळत नकळत सगळे करत असतात. जसं की दोन भाऊ असतील तर म्हणतात, अरे तू तर नालायक आहेस, तुला अक्कलच नाहीये, तुझा दुसरा भाऊ, मित्र बघ. यामुळे दुसऱ्या भावाच्या प्रती ईर्ष्या आणि घृणा निर्माण होईल. त्यामुळे हीनतेची भावना निर्माण होईल.

मुलांचं पालन-पोषण काळजी घेऊन केलं, त्यांचं संगोपन व्यवस्थित केलं तर मूल मोठं होऊन प्रेमाने वागेल. तणावात जगणार नाही. आपण सहसा मुलांना हसूही देत

नाही आणि रडूही देत नाही. जर मूल मोकळेपणाने हसलं तर म्हणतो वेड्यासारखा का हसतोयस? रडत असेल तर आपण त्याला रडू देत नाही, विचारतो की का रडतोय? काय मागतोय, जेणेकरून मागणी पूर्ण करू शकू. हसणाऱ्या किंवा रडणाऱ्या मुलाला रोखू नये. त्याला जे काही करायचंय ते करू द्या, म्हणजे तो सहजतेने सुखाच्या दिशेने जाईल. पण आपण त्याला रोखतो, त्यामुळे पूर्ण आयुष्य ना आपण मोकळेपणाने हसू शकत आणि ना रडू शकत. मोकळेपणाने हसल्यामुळे आणि रडल्यामुळे साचलेला बराचसा मानसिक कचरा वाहून जातो. हा कचरा साचल्यानेच आपण तणावाने भरलेले असतो.

दुःख आलं तर दुःखापासून लांब पळू नका, त्याला साक्षी राहा, आणि तसंच सुख मिळालं तर सुखाला कवटाळू नका, सुखाला सुद्धा साक्षी राहा. सुख-दुःखाकडे पाहिलंत, त्यांना साक्षी राहिलात तर त्यांना पार करू शकाल. कसं? जसं की तुम्हाला डोकेदुखी आहे, डोळे बंद करून डोकेदुखी अनुभवत राहा, डोकेदुखीपासून पळण्याचा प्रयत्न करू नका; थोड्या वेळाने डोकेदुखी कुठलीही गोळी न खाता गायब होईल.

कुटुंब आणि समाजात राहताना आपण हे जाणून घेतलं की अहंकार, वासना, दुसऱ्या व्यक्तीत आपलं सुख शोधणं, वर्तमानात न जगणं, मोह, दुसऱ्यांच्या प्रतिक्रियांना घाबरणं, हीन भावना आणि ध्वनी प्रदूषण आणि मुलांचं संगोपन व्यवस्थित न करणं इत्यादी मानसिक तणावाची मुख्य कारणं आहेत. ओशो म्हणतात या सगळ्याच्या प्रती आपण जागरूक झालो तर तणावमुक्त जीवन जगू शकतो.

1. पती-पत्नी...
2. नकलीच नकली
३. आदर्श आई वडील कसं बनावं?

पती-पत्नी आणि ...!

लग्नाच्या आधी मुलीच्या स्वप्नातला एक राजकुमार असतो आणि मुलाच्या स्वप्नातली एक राणी. दोन अनोळखी व्यक्तींचं जेव्हा नवीन लग्न होतं, तेव्हा जोश असतो, उत्साह असतो तर मग काही दिवस सगळं स्वप्नवत वाटतं. पण लवकरच दोघांचेही भ्रम दूर होतात. दोघांनाही जाणीव होऊ लागते की ना तो स्वप्नातला राजकुमार आहे ना ती स्वप्नातली राणी! तोपर्यंत दोघांना एकमेकांचा इतिहास आणि शारीरिक भूगोल देखील कळलेला असतो. रोज रोज तेच! भ्रम दूर होताच एक अंतर निर्माण व्हायला सुरुवात होते. आता पूर्वीसारखा जोश नसतो. मग वाटतं की चूक झाली. जोडीदाराची निवड चुकली. एकमेकांतला रस कमी होऊ लागतो. शंका येऊ लागते की जोडीदाराच्या जीवनात

आणखी कुणी तर नाही आलं. दुसऱ्यासाठी अविश्वासाचा भाव येताच घटस्फोटाची बीजं रोवली जातात. त्या दिवसापासून घरात आणि मुलांत कमी रस घेणं सुरु होतं. पती-पत्नींमध्ये प्रेम कमी होताच मुलं अनाथासारखी राहू लागतात. जसजशी शंका वाढत जाते, तसतसं अंतर वाढत जातं. हळूहळू अंतर इतकं वाढतं की घटस्फोट हा त्यावरचा एकमात्र उपाय वाटू लागतो. घटस्फोट घेण्याची हिम्मत झाली नाही, मजबुरी किंवा दबावामुळे सुद्धा घटस्फोट घेऊ शकले नाहीत तर ते आयुष्य जगत नाहीत, आयुष्याचं ओझं वाहतात.

लक्षात ठेवा, घटस्फोट झाला देखील तरी पुन्हा नवीन राजकुमार आणि राणी यांचा शोध सुरू होतो. मग आयुष्यात कुणी नवीन आलं सुद्धा, तर काही दिवस बदल जाणवेल, मग लवकरच पुन्हा तीच कहाणी सुरू होईल. मग काय करायचं? जोडीदार कधीपर्यंत बदलत राहणार?

दोन माणसं सुखासाठी लग्न करतात. दोघांपैकी कुणाकडेच सुख तर असत नाही मग ते एकमेकांना सुख देणार कुठून? जर कुणाकडे सुख असतंच तर त्याने/ तिने लग्नच का केलं असतं? ओशो म्हणतात "लग्नातला कलह शाश्वत आहे. तो चालूच राहतो. तुम्ही लग्नापेक्षा मोठा कलह शोधू शकणार नाही. सतत कलह आहे. पत्नी पतीला आणि पती पत्नीला काबूत ठेवण्याचा प्रयत्न करत असतात. त्यामुळे कलह आहे. मालकी हा हिंसेचा भाव आहे, प्रेमाशी त्याचा काही संबंध नाही. मुलांवर सुद्धा मालकीचा खेळ चालू असतो".

एक गोष्ट लक्षात घ्या, आयुष्यात स्वप्नातला राजकुमार किंवा राजकुमारी मिळाली जरी असती तरी सुद्धा हेच होणार होतं. का? हे स्वाभाविक आहे. निसर्गाचा नियम आहे; दुसरं कुणी म्हणजे पती किंवा पत्नी, धन, पद कुणीही सुख देऊ शकत नाही. हा शाश्वत नियम आहे. सुख आणि दुःखाच्या पलीकडे जावं लागेल. त्यासाठी दुसऱ्या व्यक्तीपासून मुक्त व्हावं लागेल. हे आपण त्याच जीवनसाथी सोबत राहून देखील करू शकतो. मालकी आणि काबू करण्याची भावना सोडून प्रेमाने राहिलं पाहिजे. असं राहण्यासाठी महत्वपूर्ण मार्ग आहे, अंतर्यात्रा. पती-पत्नी एकमेकांच्या मदतीने अंतर्यात्रेवर सहजपणे जाऊ शकतात. अंतर्यात्रेवर गेलात तर लग्नाचं सार्थक होईल. तेव्हा दोघेही सुख आणि दुःखाच्या पलीकडे जाऊन प्रेमपूर्ण आणि आनंदी जीवन जगू शकतात.

नकलीच नकली

लग्नासाठी मुलीचे वडील कुणा मित्राला एखादा मुलगा शोधायला सांगतात. तिथून नकलेची कहाणी सुरु होते. कशी? मध्यस्थ मुलीच्या वडिलांना मुलगा आणि

त्याचे नातेवाईक यांच्याबद्दल एक चित्र उभं करून दाखवतो. आणि तसंच तो मुलाच्या वडिलांना मुलगी आणि मुलीच्या नातेवाईकांबद्दल विस्तृत माहिती सांगतो आणि फोटो दाखवतो. मुलगा पाहिला जातो, मुलगी पाहिली जाते, त्या नकली फोटोच्या आधारे.

मुलीचा खरा चेहरा कधी दाखवला जात नाही. विशेष पद्धतीने फोटो काढून ते सादर केले जातात. मेकअप थापलेला चेहरा दिसू लागतो; खरा चेहरा त्यामागे लपवला जातो. नकली लाल ओठ चेहऱ्यावर चिकटवले जातात.

खरे चेहरे तर लग्नानंतर प्रकट होतात, गुपितं उघड होतात, पण तोपर्यंत खूप उशीर झालेला असतो. सगळे म्हणतात, जमाना वाईट आहे, असंच होतं. मध्यस्थ म्हणतो 'मी काय करू, मला जे सांगण्यात आलं होतं, तेच मी सांगितलं. त्यांच्या मनातलं मी कसं काय ओळखू शकत होतो.' दोघेही म्हणू लागतात, आम्हाला फसवलं, आम्हाला फसवलं. आता तर असंच जगावं लागेल. खोटेपणा आणि धोक्याची गोष्ट चालूच असते, तोपर्यंत मुलं होतात. आईवडिलांचं आपसात प्रेम नाही तर मुलांवर कोण प्रेम करणार? मुलाने प्रेमाचा धडा गिरवलाच नाही. खोट्या प्रेमात वाढलेलं मूल हिंसक आणि चिडचिडं होणार. ते मोठं होऊन शाळा-कॉलेजात तोडफोड नाही करणार तर काय करणार?

यावरचा उपाय काय? हे तर नक्की आहे की तुम्हाला फसवलं गेलं, ज्यांना फसवलं गेलं नाही, ज्यांचे चेहरे नकली नव्हते, ते सुद्धा सुखात नाहीयेत. त्याचं मूळ कारण हे आहे की सुख दोघांपैकी कुणाकडे नव्हतंच, तर सुख देणार कुठून. सुखाच्या शोधात लग्न केलं होतं. दुसरं कोणी आपल्याला सुख देऊ शकत नाही मग पती असो, पत्नी असो, मुलगा असो, धन असो किंवा मोठं पद असो. सुखी कसं व्हायचं? सुखी जीवन जगण्यासाठी, प्रेमाने जीवन जगण्यासाठी पती-पत्नी दोघांनी मिळून ध्यान करावं. दररोज ध्यान करत राहिल्याने आपसातली समज वाढेल, प्रेम वाढेल आणि तरच तुम्ही सुखी जीवन जगू शकाल. मुलं पण मग प्रेमाचा धडा तुमच्याकडून गिरवतील. मुलं मोठी होऊन चिडचिडी आणि आक्रमक न होता प्रेमपूर्ण आणि आनंदी जीवन जगतील. आईवडिलांना हे म्हणावं लागणार नाही की आमची सेवा करणं हे तुमचं कर्तव्य आहे. मुलं ते करतीलच. जे आईवडील असा विचार करतात की मुलांचं कर्तव्य आहे. तर मग आईवडिलांनी आधी स्वतः विचार करावा की त्यांनी मुलांना प्रेमाने वाढवण्याचं कर्तव्य पूर्ण केलं का?

आदर्श आईवडील कसं बनावं?

माझ्या मते, तुम्ही मुलांसाठी एकच काम करू शकता - तुमचं आयुष्य त्यांच्यासमोर उघडून ठेवून द्या. त्यांना सांगा की तुमच्यावर तुमच्या आईवडिलांचे संस्कार आहेत,

तुम्ही मर्यादांच्या बंधनात, धारणांमध्ये जखडलेले असे जगले आहात आणि या मर्यादा आणि धारणांमुळे तुम्ही जगू शकला नाहीत. याव्यतिरिक्त तुम्ही आता मुलांचं जीवन नष्ट करू इच्छित नाही. तुम्हाला हवं आहे की त्यांनी अगदी मुक्त होऊन जावं कारण तुम्ही भूतकाळाचं प्रतिनिधित्व करता.

मुलांना हे सांगण्यासाठी आईवडिलांमध्ये प्रचंड हिम्मत आणि प्रेम असायला हवं की 'तुम्ही आमच्यापासून मुक्त व्हा. आमची आज्ञा मानू नका, तुम्ही स्वतःच्या बुद्धीवर अवलंबून राहा. तुम्ही भरकटलात तरी ते चांगलं आहे, बरोबर असून गुलाम म्हणून राहण्यापेक्षा. स्वतंत्र राहून चुका करणं आणि त्या चुकांमधून शिकणं हे चुकांपासून स्वतःला वाचवत दुसऱ्यांच्या पाठीमागून चालण्यापेक्षा कितीतरी अधिक चांगलं आहे. नाहीतर तुम्ही पाठीमागे चालण्याशिवाय दुसरं काहीच शिकणार नाही. आणि कुणाच्या तरी पाठून चालणं म्हणजे विष आहे, शुद्ध विष'. तुमच्यात प्रेम असेल तर खूप सोपं जाईल. 'कसं?' ते विचारू नका. कारण 'कसं' चा अर्थ आहे तुम्ही विधी विचारताय, प्रणाली विचारताय, तंत्र विचारताय. आणि प्रेमाचं कुठलंही तंत्र नाहीये. मुलांवर प्रेम करा, त्यांच्या स्वातंत्र्याचा आनंद घ्या. त्यांना चुका करू द्या. मुलं जेव्हा चुका करतील तेव्हा त्या ओळखण्यात त्यांची मदत करा. त्यांना सांगा, 'चूक करण्यात वाईट काही नाही, जास्तीत जास्त चुका करा कारण त्यानेच तुम्ही हे शिकाल की एकच चूक पुन्हापुन्हा करू नये, कारण तो मूर्खपणा आहे'.

आईवडिलांचं मुख्य काम आहे, मुलांना खड्ड्यात पडण्यापासून वाचवणं. त्यांना शिस्त लावण्याची भूमिका घेणं हे नकारात्मक आहे. हा शब्द ध्यानात ठेवा. मुलांना कोणत्याही सकारात्मक साच्यात घालायचं नाहीये, किंबहुना नकारात्मक देखभाल करायची आहे. कारण मुलं अखेर मुलं आहेत आणि नुकसान करणाऱ्या एखाद्या संकटात ती पडू नयेत, हातपाय मोडून घेऊ नयेत. त्यात सुद्धा त्यांना आज्ञा देऊ नका. त्या मान्य करण्यासाठी त्यांना बांधील करू नका. त्यांना निवड करू द्या. तुम्ही फक्त पूर्ण स्थिती त्यांना समजावून द्या. मुलांची ग्रहणशक्ती खूप चांगली असते आणि तुम्ही त्यांना सन्मानाने वागवलंत तर ती तुमचं ऐकतील, समजून घेतील. त्यानंतर त्यांच्या समजेबरोबर त्यांना सोडून द्या. सुरुवातीच्या काही वर्षांचाच प्रश्न आहे, लवकरच ती आपल्या बुद्धीनुसार स्थिर होऊन जातील. मग तुमच्या देखभालीची गरज पडणार नाही. लवकरच ती आपल्या स्वतःच्या बळावर जगू लागतील.

आईवडिलांची भीती मी जाणतो. त्यांना भीती या गोष्टीची असते की त्यांची मुलं अशा दिशेने जातील ज्या त्यांना पसंत नाहीत. पण ही तुमची समस्या आहे. मुलं तुमच्या

पसंती-नापसंतीसाठी जन्मलेली नाहीत. त्यांना त्यांचं आयुष्य जगायचंय. आणि तुम्हाला आनंद झाला पाहिजे की ती आपलं आयुष्य जगतायत.

परिस्थिती पूर्णपणे स्वीकारण्याची मनस्थिती कशी शक्य आहे? जागरूक कसं व्हावं? साक्षी कसं राहावं? ओशो म्हणतात, "आजचा माणूस जितका अशांत आहे, तितका कदाचित आधी कधीच नव्हता, त्यामुळे माणसाला आज ध्यानाची जितकी गरज आहे, तेवढी गरज याआधी कधीच नव्हती".

मनुष्य शरीर आणि मनाच्या पातळीवर जगत असतो. मनाच्या आरोग्याच्या आधी आवश्यक आहे शरीराचं आरोग्य. कालिदासाने सुद्धा 'कुमार संभवा'त म्हटलं आहे- 'शरीर माद्य खलु धर्म साधनम' म्हणजे शरीर हेच धर्माचं पहिलं स्थान आहे. पहिलं सुख आहे निरोगी शरीर. शरीर निरोगी राहील याची काळजी घ्या आणि मनाला निरोगी ठेवण्याचा मार्ग आहे "ध्यान." ओशो म्हणतात ध्यान हा एकमात्र मार्ग आहे. ध्यान म्हणजे काय?

या सर्वांच्या प्रती जागरूक कसं व्हावं?

ओशो म्हणतात, "तणावापासून मुक्त होण्याचा एकमात्र उपाय आहे स्वतःचा संपूर्ण स्वीकार, आजूबाजूचं वातावरण, परिस्थिती यांचा संपूर्ण स्वीकार. संपूर्ण स्वीकारामुळे चमत्कार घडतो. हाच एकमात्र चमत्कार आहे. ओशो म्हणतात, चिंता तर आहेत; त्यांचा स्वीकार करा. आणखी काहीच करू शकत नाही. स्वीकाराचा भावच तुम्हाला चिंतांच्या पलीकडे घेऊन जाईल. आपण स्वीकार करत नाही.

ध्यानाचा अर्थ काय?

ध्यानाचा अर्थ आपण असा लावतो की चिंतांपासून मुक्त होण्याचा किंवा लांब जाण्याचा प्रयत्न. तो जास्त तणाव घेऊन येतो. आपल्या आयुष्यात कधीही डोकावून पाहा. चिंता केल्याने कुठलीही चिंता मिटली का? ती तशी मिटूच शकत नाही. असं म्हणतात की चिंता केल्याने पुरुष कमजोर होतात आणि स्त्रिया लठ्ठ, पण तरीही चिंता कायम राहते. जागरूक होऊन, साक्षी राहून जगणं आणि चिंतेकडे पाहणं हा चिंतेला पार करण्याचा उपाय आहे. कोणाचं ध्यान करावं? मन एकाग्र करावं ज्याला ध्यान समजलं जातं की मंत्राचा जप करावा, नामाचा जप करावा किंवा आत्मनिरीक्षण करावं. ओशो म्हणतात, हे ध्यान नाही. एकाग्रता तणावापासून मुक्त करत नाही, तणाव घेऊन येते. का? एकाग्र कोणाला करणार, मनाला? ओशो म्हणतात की "मन असताना शांती कसली?" कारण खरं तर मन म्हणजेच अशांती आहे. मंत्राचा जप, नामाचा जप किंवा भावातीत ध्यान म्हणजे ध्यान नाही. मंत्र जप, नामाचा जप किंवा भावातीत ध्यान ही एकाग्रतेचीच

अंगं आहेत. एका मंत्राचा जप केल्याने झोप येते पण असं करणारा समजतो की नशा झाली कारण या सर्व मनाच्याच क्रिया आहेत; होय, थोडा वेळ चिंतांपासून आराम मिळू शकतो, पण ती शांती नसून अशांतीचं केवळ विस्मरण आहे. या विस्मरणाच्या मादकतेपासून सावध राहावं लागेल. शांती हवी असेल तर मनाची साथ सोडावी लागेल. ओशो म्हणतात "मनाची अनुपस्थिती म्हणजेच शांती आहे."

ध्यान काय आहे?

ओशो म्हणतात "ध्यानाचा अर्थ आहे विचाररहित चैतन्याची अशी अवस्था, जिथे विचारांचा कुठलाच तरंग कुठलीच लहर नसेल. चेतना विचारशून्य आणि तरंगरहित, स्वतःतच थांबलेली. अशा चेतनेवर जर विचारांचा तरंग आला तर त्या अवस्थेचं नाव मन आहे. तरंग उठलेल्या चेतनेचं नावच मन आहे. जेव्हा तलाव शांत झाला, लहरी झोपल्या आणि तलावाच्या छातीवर कुठलाच कंप राहिला नाही, अर्थात तो निष्कम्प झाला, एक मूक आरसा झाला, की समजावं की तलाव गोठला, त्याचा बर्फ झाला, आता त्यावर कुठली लहर उठत नाही आणि आता कुठली लहर उठूही शकत नाही. अशीच जेव्हा चेतना विचारांनी शून्य आणि तरंगरहित असते, तेव्हा जी अवस्था असते, त्याचंच नाव ध्यान आहे."

प्रश्न हा आहे, ज्याला ओशो ध्यान म्हणतायत, ती मनाची एक अवस्था आहे. अशी दशा कशाने प्राप्त होईल कि ज्यात चेतना विचारशून्य असेल. भगवंत कृष्णाने म्हटलं की कर्म करा, फळाची इच्छा धरू नका. यावर कधी विचार केला तर कळेल की कर्म तर करायचंच आहे, फळ मिळेल, पण आकांक्षा ठेवायची नाही. म्हणजे कर्म करा, कर्त्याचा भावच नसेल तर कर्ता असणार नाही. आणि जर कर्ताच नाही राहिला तर मग फळाची आकांक्षा कसली? ओशो म्हणतात, हे शक्य आहे, जर आपलं कृत्य, जे काही आपण करतो ते भानावर राहून म्हणजे साक्षी राहून करू शकलो तर हे शक्य होईल.

हे साक्षीभावाने होईल. विचार, कर्म म्हणजे मनात येणाऱ्या विचारांप्रती आणि सर्व क्रियांचे (चालणं, खाणं, ऐकणं) साक्षी बना. कर्ता राहू नका. साक्षी बना; क्षणाक्षणाला साक्षी राहून जगा. जे काही कराल त्याचे साक्षी राहा. जणू काही दुसरंच कुणीतरी सगळं करत आहे आणि तुम्ही फक्त साक्षीदार आहात, बघे आहात. मग हळूहळू मनाला खाद्य न मिळाल्याने मन निर्बल होऊन जातं. कर्ता भाव म्हणजे "मी" हे मनाचं भोजन आहे. अहंकार हे मनाचं इंधन आहे. जसजसं इंधन मिळणं कमी होत जाईल, मन विलीन व्हायला लागेल. ज्या दिवशी इंधन अजिबात मिळत नाही, त्या दिवशी मन असं तिऱ्हाईत बनून जातं की जणू काही कधी अस्तित्वातच नव्हतं.

ध्यानामुळे काय होईल?

आता प्रश्न असा आहे की ध्यानामुळे म्हणजे मन साक्षी झाल्यामुळे किंवा विचारशून्य आणि तरंगरहित अशी मनाची अवस्था काही वेळासाठी जर झाली, तर काय होईल? ओशो म्हणतात की एकदा सुद्धा ध्यानाचा तरंग जीवनात उतरला तर हळूहळू "रसरी आवत जात, सिल पर पड़त निशान" या हिंदी म्हणीप्रमाणे चरितार्थ बनून जातो. अशाच प्रकारे आपल्या मस्तिष्काचे तंतू जे निष्क्रिय पडले आहेत, ते सक्रिय व्हायला सुरुवात होते, मस्तिष्काचा अचेतन भाग चेतनापूर्ण भागावर काम करणं सुरु करतो. त्यामुळे मज्जासंस्थेवरचा तणाव कमी होतो, मानसिक कार्यक्षमता वाढते, सहिष्णुतेचा विकास होतो आणि मनोवृत्ती आणि मानसिक व्यवहारांमध्ये बदल घडून येतो, प्रसन्नता वाढते, सवयी बदलतात, शारीरिक तणावातून निर्माण होणारे रोग शांत होतात. मैत्री इत्यादी गुण विकसित होतात.

ध्यानासाठी आवश्यक आहे:

धैर्य, श्रद्धा आणि सातत्य. ज्या कुठल्या विधीने ध्यान कराल, त्या विधीप्रती संदेह असता कामा नये, पूर्ण श्रद्धा असली पाहिजे आणि सातत्याने ध्यान करायचं आहे.

श्रद्धेसोबत धैर्य सुद्धा आवश्यक आहे. धैर्याचा महिमा अनंत आहे. आपण नेहमी घाईत असतो, ऑफिस किंवा दुकानात जायचं असूदे, जेवायचं असूदे किंवा मग फिरायचं असूदे. जसं की आपण बी पुरलं तर ते अंकुरित होण्यासाठी काही वेळ नक्की देतो, दररोज ते उपटून पाहत नाही. ज्याप्रकारे दररोज उपटून पाहिल्याने बीजाचा मृत्यूच संभवतो, त्याचप्रमाणे ज्या कुठल्या विधीने ध्यान करत असाल, कमीत कमी तीन महिने श्रद्धा आणि धैर्यपूर्वक सातत्याने करा. तेव्हाच तुम्हाला ध्यानाचे परिणाम जाणवतील.

ध्यानाचे अनंत विधी आहेत. कोणत्याही विधीने ध्यान सुरु करा. ज्याप्रमाणे एकच औषध सर्व रोगांवर नसतं आणि एकच औषध एका रोगाच्या सर्व रुग्णांना बरं करत नाही, त्याचप्रमाणे ध्यानाची एक पद्धत पूर्ण मनुष्यजातीसाठी असू शकत नाही. हे त्या त्या व्यक्तीवर अवलंबून असतं की तिच्यासाठी काय उपयुक्त आहे. ओशो म्हणतात, "जे एकासाठी बरोबर आहे, ते दुसऱ्यासाठी अगदी चुकीचं असू शकतं. म्हणून दुसऱ्यासोबत धैर्याची गरज किंवा स्यातवाद यात मी याच सत्याची अभिव्यक्ती पाहतो. विचारप्रधान व्यक्तीसाठी जो मार्ग आहे तो भाव-ध्यान प्रधान व्यक्तीसाठी नाही आणि बहिर्मुख व्यक्तीसाठी जे द्वार आहे ते म्हणजे अंतर्मुख व्यक्तीसाठी भिंत आहे."

"ज्ञानाचा प्रवासी अखेर ध्यानाची नौका बनवतो. प्रेमाचा प्रवासी प्रार्थनेची. ध्यान आणि प्रार्थना एकाच ठिकाणी पोहोचतात. पण त्यांचे प्रवासमार्ग अत्यंत वेगवेगळे आहेत."

ओशो म्हणतात "आपला प्रवासमार्ग स्वतः निवडा. जे काही मार्ग आहेत, ती सर्व ध्यानाची रूपं आहेत. प्रार्थना सुद्धा ध्यान आहे, पूजा आणि उपासना सुद्धा. योग सुद्धा ध्यान आहे आणि साख्य सुद्धा. ज्ञान सुद्धा ध्यान आहे, भक्ती सुद्धा. कर्म सुद्धा ध्यान आहे आणि संन्यास सुद्धा. ध्यानाचा अर्थ आहे मनाची मूक, निर्विचार अवस्था. ही अवस्था तुम्ही कशी प्राप्त करता याला महत्व नाही. ती प्राप्त करणं हेच महत्वाचं आहे. कोणत्या उपचाराने बरे होता हे महत्वाचं नाही, बरं होणं महत्वाचं आहे."

हे सुरुवातीला कुठल्याही विधीने सुरु करा. श्रद्धेसह आणि धैर्यपूर्वक. लवकरच आपला विवेक जागेल, तर स्वतःचा विधी सुद्धा सापडेल. ओशो म्हणतात विवेक हा श्रद्धेचं दार उघडतो, नुसती श्रद्धा म्हणजे स्वतःची फसवणूक आहे. "ध्यानाने विवेक जागा होईल, तसाच जसं सूर्याच्या आगमनाने जग जागं होतं. ध्यानावर मेहनत घ्या कारण अखेर विवेक जागा होणं महत्वाचं आहे. बाकी सगळे श्रम काळाच्या वाळवंटात कुठे हरवतात, त्याचा थांगपत्ताच लागत नाही. हातात उरते फक्त ध्यानाची संपदा आणि मृत्यू सुद्धा ती हिरावून घेऊ शकत नाही.

ध्यान करण्यासाठी आवश्यक आहे संतुलित आहार (जेवल्यावर आळस किंवा पोट जड जाणवू नये) आणि एकांत - शांत वातावरण. ध्यान कुठल्याही वयाचे स्त्री-पुरुष करू शकतात. अनेकदा लोक असं म्हणतात की ध्यान करायचं?, आता आमचं वयच काय आहे, अजून इतर खूप कामं आहेत, वेळच मिळत नाही, परंतु लक्षात ठेवा कोणाचं वय किती आहे हे कोणाला माहीत असतं का? म्हणून जेव्हा ध्यानाचं महत्व लक्षात येईल, तेव्हा वेळ न दवडता ध्यान सुरु करा. ओशो म्हणतात "ध्यान काळाच्या पलीकडे घेऊन जातं. काळ आणि स्थळ यांच्या बाहेर. अर्थात अमृतात, कारण ध्यान हे जीवन आहे. ध्यानात घेतलेले श्रम हेच जीवनातले श्रम आहेत. ध्यानाचा शोध हाच जीवनाचा शोध आहे."

तणावापासून मुक्ती मिळवण्याचे अन्य सोपे सहाय्यक उपाय

- असं म्हणतात की चांगलं कर्म केलंत तर स्वर्गात जाल आणि वाईट कर्म केलंत तर नरकात. ओशो म्हणतात स्वर्ग आणि नरक नाहीच आहेत. आपला स्वर्ग किंवा नरक आपण स्वतः निर्माण करतो. कसा? आपण सुखी असलो तर स्वर्गात असतो आणि जर दुःखी असलो तर नरकात. तुम्हाला अस्तित्वाने जे काही दिलं आहे ते कोणत्याही अटीविना दिलं आहे. त्याच्याबद्दल धन्यवाद द्याल, कृतज्ञतेची भावना ठेवाल तर स्वर्गात, आणि तक्रारी करत राहिलात तर नरकात. सुख आणि दुःखं अशी येतात जणू वसंत आणि पानगळ. सुख सुद्धा नाही राहिलं तर दुःख सुद्धा नाही राहणार. सुख आणि दुःख येत-जात असतात. सुख आणि दुःखाच्या पलीकडे जाऊ

शकतो. कसे? साक्षीभावाने दुःख आलं तर जगा, सुख आलं तर जगा, कुठलीच तक्रार किंवा आभार मानू नका. समभावाने, साक्षी राहून जगण्यात सुखदुःखाच्या पलीकडे जाऊ शकतो. साक्षी कसं व्हायचं? ओशो म्हणतात मार्ग आहे, ध्यान.

- लोक असं अनेकदा म्हणतात की मला स्वतःला राग येऊ द्यायचा नसतो. कितीतरी वेळा शपथा घेतल्या, संकल्प केले, तरीसुद्धा माहीत नाही मला राग का येतो? मी नेहमी चांगलं काहीतरी करू इच्छित असतो, पण जेव्हा ते करायची वेळ येते तेव्हा मी काही चांगलं करू शकत नाही. प्रत्येक मनुष्य या द्विधा मनस्थितीत आहे. असं का होतं? आपण जेव्हा केव्हा निर्णय घेतो तेव्हा ते चेतन मनाने घेत असतो, आपल्या अचेतन मनाला ते माहीत नसतं. चेतन मनाचा निर्णय, संकल्प जोपर्यंत अचेतन मनापर्यंत पोहोचणार नाही, तोपर्यंत काम, क्रोध, लोभ, मोह, ईर्ष्या इत्यादींपासून मुक्त होऊ शकत नाही. आपल्या चेतन मनाच्या सर्व निर्णयांना अचेतन मनापर्यंत पोहोचवावं लागेल. कसं? ओशो म्हणतात त्यासाठी ध्यान हा मार्ग आहे. निरंतर ध्यान करत राहिल्याने मनाचे निर्णय अचेतन मनापर्यंत पोहोचवले जाऊ शकतात. ते जेव्हा अचेतनात पोहोचतील तेव्हाच त्यांचा उपयोग होईल.
- अचेतन मन बदलल्यानेच जीवनाचा अर्थ बदलेल. आपण जर अचेतन मनापर्यंत निर्णय पोहोचवले नाहीत. तेच करत राहिलो, वारंवार संकल्प करून, व्रत ठेवून, शपथा घेऊन सुद्धा तेच तेच पुन्हा पुन्हा करत राहतो, मग हळूहळू एक दिवस आपल्याला जाणवेल की "मी" काहीच नाही, माहीत नाही मला काय होतं? मी इतका अक्षम का आहे? मी एवढीशी गोष्ट सुद्धा करू शकत नाही. आत्मग्लानीने आपण भरून जातो.
- आत्मग्लानीने भरलेल्या व्यक्तीला असे रोग घेराव घालतात की कुठल्याही औषधांचा परिणाम होत नाही. तेव्हा आपल्या मनावर दुष्कर्म आणि वाईट विचारांचे संस्कार होऊ लागतात, आणि हे सर्व मनाची चंचलता, उद्विग्नता, आवेश, विक्षोभ या रूपात प्रकट होऊ लागतात. जेव्हा व्यक्ती तणावाने भारून जाते तेव्हा कुठलंही कार्य ती व्यवस्थित करू शकत नाही, तिच्या व्यवहारात संतुलन राहत नाही आणि याच कारणामुळे ती असफल बनते आणि मित्रांशी भांडत राहते.
- चेतन मनाचे निर्णय अचेतन मनामध्ये पोहोचवण्यासाठी ध्यान तर आवश्यक आहेच आणि रात्री झोपताना निर्णयाची पुन्हापुन्हा उजळणी करत राहा, भाव करत राहा आणि भाव करता करता झोपी जा. थोड्या दिवसांत तो निर्णय अचेतन मनात पोहोचेल. आणि ते तुम्हाला जाणवू देखील लागेल.

- तुम्हाला जर कुणीतरी असं काहीतरी म्हटलं ज्याने तुम्हाला राग येतो, तेव्हा राग करण्याऐवजी विचार करा की कदाचित ती व्यक्ती बरोबर बोलत असेल आणि तसं जर असेल तर राग का करायचा? जर ती व्यक्ती चुकीची असेल तर ही सुद्धा त्या व्यक्तीची समस्या आहे मग तेव्हा सुद्धा राग का करायचा? राग करायचा नाही, शिवीगाळ करायची नाही तर जी ऊर्जा रागाची, शिव्यांची त्या व्यक्तीने आपल्याला देऊ पाहिली, आपण तर ती घेतली नाही. म्हणून मग ती ऊर्जा त्याच व्यक्तीकडे परत जाईल. जर आपण सुद्धा शिवी दिली तर मग हिसाब चुकता झाला. परंतु कुणालाही आपली नकारात्मक ऊर्जा (Negative Energy) नाही दिली तर अधिक चांगलं आहे, कारण दोन्ही मिळून दुप्पट (-ve, -ve) नकारात्मक ऊर्जा होते नाहीतर मग एकटी -ve (नकारात्मक) ऊर्जा भरकटत राहते.
- सच्चा माणूस कटू बोलतो, त्याच्या बोलण्याकडे लक्ष दिलं पाहिजे. शंका, संदेह हे गोड विष आहे, जितक्या लवकर शंकेचं निवारण कराल तितकं चांगलं. लक्षात ठेवा कमजोर मन शंका बाळगतं.
- आशा ठेवली तर जे काही थोडंफार ध्यानात मिळतं, थोडाफार अनुभव येतो, त्याचा संग्रह होतो. नाहीतर ते हरवून जातं.
- दुसऱ्याकडे किती आहे त्याची चिंता करू नये. परमात्मा नेहमी तुमची पात्रता आणि गरज यानुसार सदैव देत असतो; जो इतकं मोठं विश्व चालवतो, त्याला आपल्या गरजांची देखील जाणीव असते. परमात्म्याच्या प्रती नेहमी कृतज्ञतेचा भाव बाळगावा. सर्व कार्य वेळेनुसार करावीत, नोकर आणि दुसऱ्या व्यक्तीवर कमी अवलंबून राहावं, कुटुंबीय आणि मित्रमैत्रिणी यांना मदत करावी, जी काही परिस्थिती येईल तिच्याकडे साक्षीभावाने पाहावं. चिंता करू नये की माझ्यानंतर म्हणजे माझ्या मृत्यूनंतर कुटुंबाचं काय होईल? तेच होईल जे तुमच्या वडिलांचा, आजोबांचा मृत्यू झाल्यावर घरी झालं होतं.
- व्यर्थ बडबड करू नये, गरज असेल तितकंच बोलावं, जास्त बोलल्याने ऊर्जा व्यर्थच नष्ट होते आणि आपल्याकडून चुकीचंही बोललं जातं.
- बनावट आयुष्य जगण्यापासून स्वतःला वाचवा.
- चूक करू शकता, चुकांपासून शिका आणि ती चूक वारंवार करू नका. निंदकाला शत्रू मानू नका.
- चापलुसी करणारे, चमचेगिरी करणारे, कपटी आणि चुगलखोर लोकांपासून स्वतःचा बचाव करा.

- धन आणि पद मिळवण्याचा प्रयत्न जरूर करा. परंतु लक्षात ठेवा, चुकीच्या मार्गाने मिळवलेल्या पैशाने तुमचं भलं होणार नाही. 'जैसा खावे अन्न वैसा होंवे मन' या हिंदी म्हणीनुसार तुम्ही स्वतः अनुभव घेऊ शकता. चुकीच्या मार्गाने पैसे मिळवणाऱ्या श्रीमंताच्या घरी रोग आणि समस्या कायम असतात, मुलं बिघडतात.
- कानांनी ऐकलेली गोष्ट आणि डोळ्यांनी पाहिलेली गोष्ट सुद्धा अनेकदा चुकीची असू शकते. रागाच्या प्रती जागरूक कसं राहावं? त्याचे प्रयोग करून पाहावेत.
- आपला विवेक (अंतःकरण) जागवावा आणि त्याच्या म्हणण्याकडे लक्ष द्यावं. मग तणाव आणि दुःख जवळ येणार नाही.
- आपण जर सच्चे असलो, कठोर नसलो तर कुणाचे शिव्याशाप काही परिणाम करणार नाहीत. परंतु लक्षात ठेवा, पदाचा, पैशांचा दुरुपयोग करून कुणाला अनावश्यक सतवलंत तर मग शिव्याशाप पूर्णपणे भोगावे लागतील.
- नेहमी रडत राहणं, आपल्या दुःखाचं रडगाणं गात राहणं, नेहमी चिडत राहणं आणि छोट्या गोष्टीबद्दल एवढी चिंता करणं जणू काही मोठं संकट आलंय, दुःख तिखटमीठ लावून सांगणं, अशी मनस्थिती असलेला माणूस दुःख आणि तणावापासून मुक्त होण्याचा उपाय सुद्धा शोधत नाही. का? त्याला हे सांगण्यातच रस आहे.
- शरीराची मालिश करणं, पोहणं, आरामदायक खुर्चीत (झुलणाऱ्या खुर्चीत) पहुडणं, नृत्य करणं, योग मुद्रा, रेकी किंवा ऊर्जा हीलिंग यांच्याशी जोडलेले राहा, या सर्व गोष्टी तणाव कमी करण्यास मदत करतील.
- ओशो म्हणतात, दुःखाची चर्चा करताना त्याचा आस्वाद घेऊन ऐकवलंत, ऐकवण्यात तुम्हाला मजा वाटत असेल तर तुम्ही त्याच दुःखात राहाल.

दुःख आहे, तणाव आहे

हे खरं आहे. हे का आहे, याचं कारण काय आहे हे जाणून घेण्याचा कोणी प्रयत्न करत नाही. वरवरचे इलाज करत राहतात. कोणते? बिडी, सिगरेट ओढू लागतात, दारू किंवा इतर नशा करू लागतात, सिनेमा पाहायला जातात, मित्रांशी गप्पा मारतात, भांडण करतात, मंदिरात जाऊन भजन कीर्तन करू लागतात (ज्याचा परमात्म्याशी काहीही संबंध नाहीये). दुःख आणि आपलं आयुष्य विसरण्याचा फक्त पोकळ प्रयत्न करतात. असं केल्याने दुःख आणि तणाव कमी होतो का? नाही! आपली दुःखं, चिंता, तणाव इत्यादी तसेच्या तसेच राहतात. कधीपर्यंत तुम्ही ते विसरणार? पुन्हा परतल्यावर आपली बेचैनी, दुःख, चिंता आधीपेक्षाही अधिक जाणवू लागतील. असं का होतं?

मनुष्य पशू आणि परमात्मा यांच्या मधोमध आहे; पशू म्हणजे वासना, काम, क्रोध, अहंकार, लोभ, मोह, घृणा, ईर्ष्या इत्यादी. परमात्मा म्हणजे आपल्या विवेकाला जागवणं म्हणजे स्वतःचं जागरण (देवी किंवा इतर कुणाचं जागरण नव्हे) एका बाजूला खालून कुणीतरी हाक देतंय आणि एका बाजूला वरून. याच द्वंद्वामुळे मनुष्य दुःखात आहे. विवेकाला जागवण्यापेक्षा खाली उतरणं सोपं आहे, पण जरा विचार करा, भजन कीर्तन, संगीत, कामवासनेत किंवा दारूच्या नशेत कधीपर्यंत राहणार?

अधिकांश लोक खालीच उतरतात, पुन्हा पशुत्वाकडे, कारण खाली उतरणं सोपं आहे, जसं की पाण्याचा प्रवाह खालच्या दिशेने असतो, पाणी वर चढवायचं असेल तर मोटर म्हणजे ऊर्जा लावावी लागते. या कष्टापासून वाचण्यासाठी खाली जाणं सोपं आहे. विवेक जगवण्यासाठी पशूच्या पातळीपासून वर उठलं पाहिजे, ऊर्जा जागवावी लागते. विवेक जागृत केल्याने समज वाढते आणि या समजेमुळेच दुःख आणि तणाव कमी होतात. विवेक कसा जागवावा? समज कशी वाढवावी? ओशो म्हणतात एकच मार्ग आहे - ध्यान.

- सकाळी उठताना बिछान्यावरच पडून शरीराच्या प्रत्येक अवयवाला चांगला ताण द्या. अवयव आकुंचित करा आणि मग शिथिल सोडा. दोन-तीन वेळा असं करा. मग कानाच्या खालच्या मऊ भागाला अंगठा आणि तर्जनीने दोन-तीन वेळा चोळा.
- मग ३-4 वेळा हसा, सुरुवातीला थोडं विचित्र वाटेल, हळूहळू हसणं स्वाभाविक होऊन जाईल.
- भानावर येऊन बिछान्यातून बाहेर पडा.
- शौच वगैरे झाल्यावर 20-25 मिनिटं आसन, व्यायाम आणि शवासन करा.
- दिवसातून 5-7 वेळा रोज जोरात श्वास बाहेर टाका जेणेकरून नाभी पूर्णपणे रिकामी होईल.
- हातापायांच्या मालिशसाठी बेसनाचा वापर करा.
- मीठ आणि पांढऱ्या साखरेचा कमीत कमी वापर करा. तंबाखू, दारू इत्यादी वर्ज्य करा. फळांचा रस अधिक सेवन करा. काहीही खात असाल, ते चांगल्या प्रकारे चावून चावून खा. इंग्रजी औषधांचा वापर कमीत कमी करा.
- ज्या दिवशी खूप थकवा वाटत असेल तेव्हा रात्री झोपण्यापूर्वी पाय थोडा वेळ कोमट पाण्यात ठेवा आणि पायांच्या तळव्यांना हळुवार मालिश करा. मग पाय नीट पुसून झोपी जा.
- लहान मुलांसोबत खेळणं, वेळेवर झोपणं, वेळेवर उठणं, सूर्यास्ताच्या वेळी रात्रीचं जेवण घेणं, नियमितपणे हसणं-हसवणं, पौष्टिक जेवण आणि कधीकधी उपास करणं इत्यादींमुळे शारीरिक आणि मानसिक तणाव कमी होण्यात नक्की मदत होते.

आत्महत्या का?

तुम्ही आत्महत्येचा वारंवार विचार करता का? का? आयुष्यात निराश झालात? भीती जास्त वाढली? समस्यांवर दुसरा कुठला योग्य उपाय सापडत नाही? सर्व प्रेमसंबंधांत निराश झालात? जर असं असेल तर हे लक्षात घ्या की आत्महत्येचा विचार तुम्हाला या जन्मातच पहिल्यांदा येत नाहीये. मागच्या जन्मी सुद्धा तुम्हाला हा विचार बराच छळत होता. शक्य आहे की तुम्ही मागच्या जन्मात सुद्धा अशा प्रकारच्या परिस्थितींमुळे आत्महत्या केली असेल.

आत्महत्या का करू इच्छिता? याचं कारण शोधा आणि निदान करण्याचा पूर्ण प्रयत्न करा. संकल्प करून या जन्मात समस्यांना तोंड द्याच, समस्यांशी झुंज द्या. जेणेकरून असा विचार येणारच नाही. कधीपर्यंत आत्महत्या करत राहणार? मग प्रत्येक जन्मात पुन्हापुन्हा तेच करावं लागेल. संकल्प करा, या जन्मात आत्महत्या नाही.

ओशोने "कब कबीर मैं पूरा पाया" या प्रवचन माळेत ही गोष्ट सांगितली आहे. नक्की वाचा. तुम्हाला समस्यांशी झुंज देण्याचं साहस प्राप्त होईल.

एक युवक फकिराला सांगत होता, "आता आयुष्याचा उबग आलाय. माझ्याकडे काहीच नाहीये. मला मरायचं आहे."

फकीर म्हणाला - मरण्याच्या आधी एक काम करून ये. तू तर मरणारच आहेस, माझा थोडा फायदा होईल. युवक म्हणाला काय काम?

तो फकीर म्हणाला असं कर, या गावचा एक सम्राट आहे, तो माझा मित्र आहे, तो खूप तिरसट माणूस आहे. विचित्र गोष्टी जमा करण्याचा त्याला शौक आहे. मी तुझे डोळे विकतो. कमीत कमी लाख रुपये मिळतील. मग तू मर. तू तर मरतोच आहेस. आणि तो मूडमध्ये आला तर तो तुझे कान पण विकत घेईल, तुझे दात पण विकत घेईल. तो विक्षिप्त आहे. तो असलीच कामं करतो. तू चल माझ्यासोबत.

आता तो माणूस काहीच बोलू शकला नाही या फकिराला. बोलणार पण काय. तो तर बोलून चुकला होता की माझ्याकडे काहीच नाही आणि मी मरतोय, पण जसा विचार आला की लाख रुपये डोळ्याचे मिळू शकतात, तर मग मी अगदीच गरीब नाहीये.

सम्राटाच्या घरी पोहोचल्यावर त्याने ठरवलं की हे सर्व ठीक नाहीये. डोळे विकायचे! मरण तर तो विसरूनच गेला. फकीर आत गेला. त्याने सम्राटाला राजी केलं. या माणसाला बोलवलं. सम्राट म्हणाला - ठीक आहे डोळे काढून घेऊयात. तू लाख रुपये घे.

तो माणूस म्हणाला - काय समजता तुम्ही मला? माझे डोळे विकू मी? सम्राट म्हणाला - पैसे जास्त हवे असतील तर तसं सांग, दोन लाख तर दोन लाख. जेवढे मागशील तेवढे देईन.

फकिराने त्याला राजी केलं होतं की या माणसाला तो जेवढं मागेल तेवढं द्या.

दहा लाख हवे असतील, दहा लाख देईन. कान सुद्धा विकत घेईन. तुझे हात सुद्धा विकत घेऊ. पाय सुद्धा विकत घेऊ. आणि तू तर मरणारच आहेस.

तो माणूस म्हणाला - मला विकायचेच नाहीत. कोणी माणूस भानावर असताना स्वतःचे डोळे विकेल का, तो माणूस म्हणाला.

तो फकीर म्हणाला - पण भावा, तू तर म्हणत होतास की तुझ्याकडे काहीच नाहीये. तू मरायला जात होतास. त्यात डोळे सुद्धा मेले असते, कान सुद्धा मेले असते, हात सुद्धा मेले असते, पाय सुद्धा मेले असते, सगळं मरून गेलं असतं. आणि तू म्हणत होतास काहीच नाहीये. आणि जेव्हा दहा लाख डोळ्यांचे मिळतायेत, फक्त डोळ्यांचे. आता तू आपलं सामान आणखी वीक. तुला करोडो रुपये मिळवून देतो.

मग फकीर म्हणाला - मग मरण्याच्या बाबतीत काय विचार आहे? तो माणूस म्हणाला आता मी मरू शकत नाही. मला पहिल्यांदा जाणवलं की माझ्याकडे डोळे आहेत, जे दहा लाखांत विकले जाऊ शकत नाहीत. पण मी या डोळ्यांसाठी परमात्म्याचे कधी आभार मानले नाहीत. मी सारखा रडतच राहिलो की माझ्याकडे हे नाही, ते नाही. मी तक्रारीच करत राहिलो. माझं आयुष्य तक्रारींची एक मोठी कहाणी आहे. तू मला व्यवस्थित भानावर आणलंस.

फकीर म्हणाला - म्हणूनच मी तुला इथे घेऊन आलो होतो. आता तुझी मर्जी, तुला हवं ते तू कर.

त्या दिवसापासून त्या माणसाचं आयुष्य बदललं. तक्रार संपली - प्रार्थना सुरु झाली. त्या दिवसापासून तो मंदिरात जाऊन देवाचे आभार मानू लागला, देवा! तुझी केवढी दया आहे. तू मला दोन डोळे दिलेस, जे मी दहा लाखांत विकू शकत नाही, करोड रुपयांमध्ये विकू शकत नाही. तू मला इतकं दिलं आहेस आणि माझी काय पात्रता सुद्धा नाही. कुठल्या कारणाने दिलं आहेस हे मला सुद्धा माहीत नाही. तू आपल्या प्रेमापोटी दिलं असशील....

...तुम्ही, जे आहात ते पाहायला सुरुवात करा. तुमच्याकडे खूप काही आहे. हे आयुष्य बहुमूल्य आहे. हे तुम्ही कोणत्याही किमतीत विकायला राजी होणार नाही. जरी तुम्ही या आयुष्यासाठी कधी धन्यवाद दिले नसले तरीही.

ओशो

" कहे कबीर मैं पूरा पाया "

9.

तणाव आणि विश्राम

आपल्या शरीरात आपल्याला जो तणाव जाणवतो, त्याचं मूळ कारण आहे काहीतरी बनण्याची इच्छा. प्रत्येक माणूस काही ना काही बनण्याचा प्रयत्न करतोय. जो जसा आहे, त्यात संतुष्ट नाही. आपलं असणं स्वीकार केलं जात नाही, त्याला नाकारलं जाऊ शकतं आणि लांबवर कुठेतरी एक लक्ष्य निर्माण केलं जातं. तर मग मूलभूत तणाव आहे - तुम्ही जे आहात आणि जे तुम्ही बनू इच्छिताय त्याच्या मधलं अंतर.

तुम्ही ज्या कशाची आकांक्षा बाळगून आहात ती भविष्यात पूर्ण होणार. आज तुम्ही जे काही आहात, त्याच्याशी तुम्हाला काही देणंघेणं नाही. लक्ष्य जितकं असंभव असेल तितका तणाव अधिक असेल. तर मग भौतिकवादी माणूस इतका तणावात असणार नाही जितका आध्यात्मिक माणूस असेल, कारण त्याचा आदर्श आणि लक्ष्य मोठं आहे. तुम्ही आणि तुमचं लक्ष्य यांत जेवढं अंतर जास्त असेल तेवढा तणाव जास्त, अंतर जितकं कमी असेल, तितका तणाव सुद्धा कमी असेल. तुम्ही जर स्वतः पूर्णपणे संतुष्ट आहात तर तणाव बिलकुल नाहीये. तुम्ही याच क्षणात जगता. माझ्या दृष्टीने, तुमच्या असण्यात आणि बनण्यात काही अंतर नसेल तर तुम्ही धार्मिक आहात.

या अंतराच्या अनेक पातळ्या असू शकतात. तुम्ही ज्याची आकांक्षा बाळगता, ती जर कुठली शारीरिक वस्तू असेल तर तुमच्या भौतिक शरीरात तणाव राहणार. जसं की तुम्ही सुंदर दिसू इच्छिता - याचा तणाव तुमच्या भौतिक शरीरात सुरु होणार. आणि तो तणाव कायम राहिला, मजबूत होत गेला तर आतल्या खोल पातळ्यांवर पोहोचणार.

तुम्ही जर मानसिक शक्तीसाठी तडफडताय तर मानसिक पातळीवर तणाव सुरु होणार आणि तिथून पसरणार. याचं पसरणं असंच आहे, जसं तुम्ही तलावात दगड फेकलात तर तो एका विशिष्ट बिंदूवर पडतो, पण त्याच्या लहरी पसरत जातात. तर मग तणाव तुमच्या

सात शरीरांपैकी कुठल्याही शरीरात सुरु होऊ शकतो, पण त्याचं कारण तिथल्या तिथेच राहतं - तुमच्या असण्यातलं आणि बनण्यातलं अंतर.

तणावातून मुक्त होण्याचा एकच उपाय आहे - स्वतःचा संपूर्ण स्वीकार. संपूर्ण स्वीकार केल्याने चमत्कार घडून येतो. हा एकमात्र चमत्कार आहे. एक अशी व्यक्ती सापडणं, जिने स्वतःला पूर्णपणे स्वीकारलं आहे, ही एक आश्चर्यजनक घटना आहे.

अस्तित्वात कुठलाच तणाव नाही. तणाव निर्माण होतो गैर-अस्तित्वाच्या, काल्पनिक संभावनांनी. वर्तमानात कुठलाच तणाव नाहीये. कल्पना तुम्हाला भविष्याकडे धावायला भाग पाडते, आणि त्यानेच तणाव निर्माण होतो. माणूस जितका कल्पनाशील असेल, तितका तणावात जगतो. मग तेव्हा कल्पना विनाशक बनून जाते.

कल्पना रचनात्मक सुद्धा असू शकते. तुमच्या कल्पनेची संपूर्ण क्षमता या क्षणात केंद्रित झालेली असेल, पुढे धावत नसेल तर तुम्ही हे पाहू शकता की तुमचं असणं एक कविता आहे. तुमची कल्पनाशक्ती जगण्यात खर्च होतेय, योजना बनवण्यात नाही. वर्तमानात जगणं हेच तणावमुक्त जगणं आहे.

तुमचं शरीर जर तणावमुक्त वर्तमानात जगू शकलं तर मग तेच खऱ्या अर्थाने तुमचं आरोग्य आहे. शरीराला असा आराम लाभतो, ज्याचा तुम्ही कधीच अनुभव घेतला नसेल. तेव्हा शरीरासाठी तो क्षणच शाश्वत बनून जातो. मग तुम्ही जेवण करत असाल तर ते जेवणच सर्वकाही असेल. त्याच्या पुढे काही नाही, मागे काही नाही. जेवण करणारा कोणी नसेल, जेवणाची क्रिया हेच सर्वकाही असेल.

तुम्ही जर धावत असाल आणि धावणं ही तुमची समग्रता बनली असेल, धावण्याच्या ज्या संवेदना तयार होतात, त्यांच्याशी जर तुम्ही एकरूप झाला आहात, त्यांच्यापासून वेगळे नाही आहात, धावण्यातून तुम्हाला इतर काही मिळवायचं नाही, धावणं हेच तुमचं लक्ष्य आहे, तर तुमच्या शरीराला एक उपयुक्त असं स्वास्थ्य अनुभवाला येतं. शरीराच्या पातळीवर तुम्ही सर्वात आतली आरामदायक अशी अवस्था अनुभवली.

ओशो

'द सायकॉलॉजी ऑफ दि इसोटेरिक

10.

कॅन्सर हा मानसिक रोग आहे

कॅन्सर हा मूलतः मानसिक रोग आहे. हा मनात उत्पन्न होतो, शरीरात नाही. जेव्हा मनात खूप तणाव भरून राहतो, इतका जास्त की त्यावर काहीच उपाय नसतो तेव्हा तो शरीराच्या पेशींवर प्रभाव टाकू लागतो. आदिवासी समाजात कुठलाच कॅन्सर दिसणार नाही. विकसित संस्कृती खूप जटिल असते.

कॅन्सरचा विनाश आवश्यक आहे. मनाच्या एका विशिष्ट न्यूरॉटिक, विक्षिप्त अवस्थेत कॅन्सर फोफावतो. मन शांत असेल तर लगेचच शरीर सुद्धा तणावरहित होऊन जातं. वैज्ञानिक आतापर्यंत कॅन्सरवर शक्तिशाली औषध शोधू शकलेले नाहीत. आणि त्यांनी असं औषध शोधून देखील काढलं तर ते जगात त्यापेक्षाही जास्त भयंकर रोग निर्माण करतील कारण त्यांचा इलाज 'दमना'वर आधारित असेल. कॅन्सरला मारण्यासाठी ते एवढी विषारी औषधं शोधतील की विष शरीरात वाहत राहील आणि दुसऱ्या कुठल्यातरी मार्गाने बाहेर पडेल.

शतकानुशतकं हेच घडत आलं आहे. लहानसहान रोग बरे होतात, मोठे रोग निर्माण होतात. हे रोग आधीपेक्षा जास्त भयंकर, जास्त जटिल असतात कारण पहिला रोग शरीराची स्वाभाविक प्रतिक्रिया असते, दुसरा रोग कृत्रिम असतो.

तुम्ही त्याला दाबलंत तर तिसरा रोग निर्माण होईल. आता कॅन्सर सर्वात शेवटचा रोग बनला आहे. याला दाबलं तर मनुष्याच्या शरीरात आणि मनात त्यापेक्षाही जास्त भयंकर रोग निर्माण होतील.

ओशो

"सूफीज, दी पीपल ऑफ दी पाथ "

11.

मानसिक रोगाची स्वतःची एक पातळी आहे

जेव्हा कोणी डॉक्टर रुग्णाला सांगतो की तुला मानसिक रोग आहे तर तेव्हा रुग्णाला ते आवडत नाही कारण मानसिक रोगाच्या बाबतीत असं वाटतं की उगाचच रोग दाखवताहेत. ही गोष्ट चुकीची आहे की कोणी माणूस उगाचच रोग दाखवेल. रोगाची मानसिक कारणं असतात आणि रोगाची मानसिक कारणं तितकीच महत्वपूर्ण आहेत जितकी महत्वपूर्ण शारीरिक कारणं आहेत. किंबहुना कदाचित अधिक महत्वपूर्ण आहेत. म्हणून कुठल्याही रुग्णाला चुकूनसुद्धा हे म्हणणं की तुला मानसिक रोग आहे - तू तर मेंटली इल आहेस - हा डॉक्टरांचा दुर्व्यवहार आहे. यामुळे तो रुग्ण बरा होत नाही, तो डॉक्टरच्या विरोधात जातो.

आपण अजूनही मानसिक रोगांबाबत सद्भाव का निर्माण करू शकलेलो नाही? पायाला दुखापत झाली तर सगळे सहानुभूती दाखवतात. पण जर मनाला दुखापत झाली असेल तर लोक म्हणतात की हा तर मानसिक आजार आहे, जसं काही मी काहीतरी चूक केली आहे. पायाला दुखापत असती तर सहानुभूती सुद्धा मिळाली असती, पण मानसिक रोग म्हणजे जणू काही माझीच कुठलीतरी चूक आहे. नाही, चूक नाहीये.

मानसिक रोगाची स्वतःची अशी एक पातळी असते. पण डॉक्टर ते स्वीकारत नाही. फक्त यासाठीच की त्याच्याकडे फक्त शारीरिक रोगांवर उपाय आहे आणि बाकी काही कारण नाहीये. तो म्हणतो हा रोग नाही. प्रत्यक्षात त्याने म्हणायला हवं की हे माझ्या आवाक्यात नाही. तुम्ही दुसऱ्या प्रकारचा डॉक्टर शोधा किंवा मला कुठल्यातरी इतर प्रकारचा डॉक्टर बनावं लागेल.

अशा माणसाला आतून बाहेर येणाऱ्या इलाजाची आवश्यकता असते आणि कदाचित असं असू शकतं की एखादी खूप लहानशी गोष्ट त्याचं आयुष्य बदलून टाकेल. ध्यान हा माझ्यासाठी आतून बाहेरच्या दिशेने येणारा इलाज आहे.

ओशो

'हंसीबा खेलिबा धरिवा ध्यानम्'

12.
तणावाची इतर मूलभूत कारणं

बेचैनी

तणावाचं असणं म्हणजेच बेचैनी आहे. कमी किंवा जास्त, पण असा मनुष्य सापडणं कठीण आहे, जो बेचैन नसेल. मनुष्य बेचैन असणारच.

नीत्शे ने म्हटलं आहे, मनुष्य असा आहे जणू काही एक पूल; दोन किनाऱ्यांच्या आधाराने टिकून राहिलेला, मध्येच अधांतरी लटकणारा. मागे पशुत्व आणि पुढे परमात्म्याची मिती आणि मनुष्य मध्येच लटकतो आहे. तो पशू सुद्धा नाहीये आणि अजूनपर्यंत परमात्मा देखील झालेला नाही. पशुत्वापासून थोडा वर आला आहे. पण त्याची मुळं पशुत्वात पसरलेली आहेत. कुठल्याही बेभान क्षणी तो पुन्हा पशू बनून जातो आणि पुढे विराट परमात्म्याची संभावना आहे. त्यातून देवत्वाची फुलं फुलू शकतात.

भविष्य असतं; ते भविष्य सुद्धा आपल्याकडे ओढत असतं. भूतकाळ सुद्धा ओढत असतो, कारण भूतकाळात आपले अनुभव असतात, आपली मुळं असतात. आणि भविष्य आणि भूतकाळ यांच्यामध्ये एक तणाव आहे.

कोणीच प्राणी इतका बेचैन नाही, जितका मनुष्य बेचैन असतो. पशूंच्या डोळ्यांत झाकून पाहा; कुठलीच बेचैनी नाही, कुठलीच अशांती नाही. पशू आपल्या असण्याला राजी आहेत. कुत्रा कुत्रा आहे. मांजर मांजर आहे. वाघ वाघ आहे. तुम्ही कुठल्याही वाघाला हे म्हणू शकत नाही की तू थोडा कमी वाघ आहेस किंवा कुठल्याही कुत्र्याला देखील हे म्हणू शकत नाही की तू थोडा कमी कुत्रा आहेस. पण माणसाला तुम्ही म्हणू शकता की तू थोडा कमी माणूस आहेस. सर्व माणसं एकाच प्रमाणात माणसं नाहीत, पण सर्व कुत्रे एकाच प्रमाणात कुत्रे आहेत. कुत्रा जन्मापासूनच कुत्रा आहे. माणूस जन्मापासून केवळ एक बीज आहे. असू पण शकतो, किंवा नसूही शकतो.

माणूस सोडून सर्व पशू संपूर्ण पैदा होतात, माणूस अधुरा आहे. त्या अधुरेपणात बेचैनी आहे. माणसाचे पूर्ण व्हायचे दोन मार्ग आहेत, एकतर माणूस पुन्हा खाली उतरून पशू बनून जावा, तर त्याने थोडा दिलासा मिळतो. क्रोधात जो तुम्हाला दिलासा मिळतो, हिंसेत जो तुम्हाला दिलासा मिळतो, संभोगात जो दिलासा मिळतो, दारूमध्ये जो दिलासा मिळतो, तो खाली येऊन पशू बनून जाण्यातला दिलासा आहे. तुम्ही पुन्हा खाली येऊन हा विचार सोडून देता की आपल्याला काहीतरी बनायचं आहे. खाली येऊन तुम्ही राजी होऊन जाता. पण हा दिलासा खूप कमी वेळच टिकू शकतो. तो दिलासा यासाठी थोडाच काळ टिकू शकतो, कारण मागे जाण्याच्या स्वभावाशिवाय दुसरा काही उपाय नाहीये. कोणीही पुन्हा म्हातारं मूल बनू शकत नाही. थोडा वेळ स्वतःला विसरू शकतो. लहान मुलांच्या खेळण्यांमध्ये सुद्धा हरवून जाऊ शकतो. बाहुला-बाहुलीचं लग्न सुद्धा लावू शकतो. त्याशिवाय, थोडा वेळ कदाचित हे विसरून जाऊ शकतो की मी म्हातारा आहे. पण ते विसरणंच आहे. कोणीही म्हातारा मनुष्य पुन्हा लहान मूल होऊ शकत नाही.

आणि हे विसरणं किती काळ चालू शकेल? हे विस्मरण किती काळ चालेल. हे थोड्याच वेळात तुटून जाईल. वास्तव फार काळ विसरलं जाऊ शकत नाही. आणि जसं हे विस्मरण तुटेल, म्हातारा माणूस पुन्हा म्हातारा होऊन जाईल.

माणूस पशू बनू शकतो. तुम्ही क्रोधामध्ये थोडा वेळ मजा घेऊ शकता, पण किती वेळ? आणि जसं तुम्ही क्रोधातून बाहेर पडाल, पश्चात्ताप सुरु होईल. तुम्ही दारू पिऊन थोडा वेळ विसरू शकता, पण किती वेळ? दारूच्या नशेतून बाहेर याल आणि पश्चात्ताप सुरु होईल.

बेभान होण्याचे जेवढे काही विधी आहेत, ते पशू बनण्याचे मार्ग आहेत. माणूस माणसासारखा जसा आहे, तसा राहिला तर बेचैन आहे. नाहीतर मग मागे गेला तर शांती लाभते. पण ती शांती क्षणभंगुरच असते. ज्याला आपण सुख म्हणतो ते पशुत्वाचं सुख आहे. आणि सुख या कारणाने क्षणभंगुर असतं कारण आपण सदैव पशू बनून राहू शकत नाही. मागे जाण्याचा कुठलाही उपाय नाहीये. पुढे जाण्याचा एकमात्र उपाय आहे.

दुसरा उपाय आहे की माणूस बेचैनीतून बाहेर पडावा आणि त्याने परमात्म्यासोबत स्वतः एक होऊन जायला शिकावं. त्याच्या आत जे काही लपलं आहे, ते पूर्ण प्रकट व्हावं. मनुष्य स्वतःचं भविष्य बनून जावा. तो जे बनू शकतो, तसा बनावा. तेव्हा मग तशीच शांती लाभेल, जशी गायीच्या डोळ्यांत दिसून येते. त्यामुळेच संतांच्या डोळ्यांत सहसा पशूंसारखे सहज भाव परतलेले दिसून येतात. पण ते भाव पशूसारखे असतात, पाशवी नाही.

पशू सुद्धा शांत असतात. ते यासाठी शांत असतात, कारण त्यांना अजून बेचैनीचं ज्ञान नाहीये. विकासाचा विचार अजून त्यांच्या मनात पैदा झाला नाही. अजून पुढे जाण्याची आकांक्षा निर्माण झालेली नाही. अजून आकाशाला गवसणी घालण्यासाठी आणि आणि स्वातंत्र्याच्या दिशेने उडण्यासाठीचे पंख लाभले नाहीत. अजून सत्याचं स्वप्न निर्माण झालं नाही. जसा झोपलेला माणूस शांत असतो तसे पशू सुद्धा शांत असतात.

संत सुद्धा शांत होऊन जातो. पण स्वप्न पूर्ण झालं म्हणून सत्य प्राप्त झालं. संत पुरा झाला. आता तो अधुरा नाही. अधुरेपणात बेचैनी असते. त्यामुळे तुम्ही एकटेच बेचैन आहात असं नाहीये. मनुष्यच बेचैन आहे. आणि या बेचैनीचा काय उपयोग करावा? असं विचारलं आहे. या बेचैनीचा उपयोग करावा, जे भविष्य असेल ते प्राप्त करण्यासाठी; ते जे तुम्ही बनू शकता, ते बनण्यासाठी. या बेचैनीत गुंतून पडू नका आणि ही बेचैनी वाहत राहू नका. तिचा उपयोग करून घ्या.

आपण सुद्धा बेचैनीचा एक उपयोग करतो पण आपण उपयोग दोन प्रकारे करतो. दोन्ही प्रकारांनी धोका असतो. क्रोध, हिंसा, घृणा, ईर्ष्या, प्रतिस्पर्धा आणि संघर्ष यांत आपण बेचैनी काढून टाकण्याचा प्रयत्न करतो. त्याने बेचैनी संपणार नाही कारण ते बेचैनीचं कारण नाहीये.

जोपर्यंत तुमच्या आतली मूर्ती उजळून निघत नाही आणि जोपर्यंत तुमचा आतला स्वभाव प्रकट होत नाही आणि जोपर्यंत तुमच्यात लपलेलं बीज फूल बनत नाही, तोपर्यंत तुमची बेचैनी दूर होणार नाही. होय, थोडा वेळ तुम्ही कुणावर तरी बेचैनी उपसून टाकू शकता. त्या उपसून टाकण्यात शांती लाभेल. पण तुम्ही तुमची शक्ती व्यर्थ गमावताय. ज्या शक्तीने मोठा प्रवास करता आला असता, त्या शक्तीने तुम्ही केवळ लोकांना आणि स्वतःला दुःख देत आहात. एक तर आपण असा उपयोग करतो.

दुसरा आपण असा उपयोग करतो की जेव्हा आपण बेचैनी काढून टाकू शकत नाही आणि बेचैनी फेकून देऊ शकत नाही, तेव्हा आपण बेचैनी विसरण्याचा प्रयत्न करतो. त्यामुळे कोणी दारू पितो, कोणी सिनेमा हॉल मध्ये जाऊन बसतो. कोणी संगीत ऐकू लागतो. आपण प्रयत्न करत असतो की हे आतमध्ये उठलेलं वादळ आहे, हे विसरून जाऊ, हे लक्षात राहू नये. हा सुद्धा वेळ आणि शक्तीचा अपव्यय आहे.

एक तिसरा आणि योग्य मार्ग आहे. तो असा की, ही बेचैनी समजून घ्या, आणि ही बेचैनी साधनेमध्ये रूपांतरित करा. ही बेचैनी साधना बनू शकते. तिला विसरण्याची काही गरज नाही. आणि या बेचैनीतून रोग आणि हिंसा या मार्गांवर जाण्याची देखील गरज नाही. या बेचैनीचा आध्यात्मिक उपयोग होऊ शकतो. **ही बेचैनी शिडी बनू शकते. ही**

बेचैनी शक्ती आहे; हा एक उकळणारा ऊर्जेचा प्रवाह आहे. हा प्रवाह तुम्ही वरच्या दिशेला घेऊन जाऊ शकता.

क्रोधापासून मुक्तीचे उपाय

छोटे प्रयोग करून पाहा. तुम्हाला हे माहीत नसेल. तुम्हाला जेव्हा राग येईल तेव्हा तुम्ही विचार करता, की एकच मार्ग आहे आणि तो म्हणजे राग प्रकट करणं. किंवा मग एक असा मार्ग आहे ज्यात क्रोधाला दाबून टाका आणि गिळून टाका. पण गिळलेला क्रोध पुढे मागे कधीतरी प्रकट होणार. गिळलेला क्रोध गिळून टाकता येणार नाही, तो विष बाहेर टाकतच राहील आणि कुठे ना कुठे बाहेर पडेलच. मग धोके जास्त आहेत कारण तो क्रोध मग अशा लोकांवर निघू शकतो, ज्यांचा त्याच्याशी काही संबंध नव्हता. आणि कुठे न कुठे त्याची सावली पडणार आणि जीवनाला हानी पोहोचणार.

मायकेलअँजेलो ने लिहिलं आहे की जेव्हा केव्हा माझ्यावर क्रोधाची पकड बसते, तेव्हा मी छिन्नी उचलून आपली मूर्ती बनवण्याच्या कामाला लागतो; दगड फोडू लागतो. मी हैराण होऊन जातो हे पाहून की पाच-सात मिनिटं दगड फोडण्यावर मला असं जाणवतं की माझा ताण हलका झाला; राग तिऱ्हाइतासारखा होऊन गेला. कुठल्या माणसाला तोडायची गरज राहिली नाही. मनोवैज्ञानिक म्हणतात की जेव्हा तुम्हाला क्रोध येईल, तेव्हा तुम्ही छोटासा प्रयोग करून पाहा. तुम्ही हे पाहून हैराण व्हाल की क्रोध नव्या प्रवासाला निघून जाऊ शकतो. क्रोधाने मायकेलअँजेलो मूर्ती घडवतो आणि क्रोधानेच सृजनात्मक बनून जातो.

मनोवैज्ञानिक म्हणतात तुम्हाला जर राग आला तर तुम्ही इतकंच करा की पाच वेळा जोरात मूठ वळा आणि सोडून द्या आणि तुमचा राग नष्ट होऊन जाईल. तुम्ही म्हणाल इतकं सोपं नाहीये. पण करून पहा. जितक्या ताकतीने मूठ वळू शकता तितकी वळा, पूर्ण ताकत लावा आणि मग सोडून द्या, पुन्हा वळा आणि सोडा - पाच वेळा. मग पुन्हा आपल्या आत झाकून पाहा की राग कुठे आहे. तुम्ही हैराण व्हाल हे पाहून की राग शांत झाला किंवा हरवला सुद्धा किंवा संपून देखील गेला.

जपानमध्ये लोक लहान मुलांना शिकवतात की जेव्हा केव्हा राग येईल तेव्हा तुम्ही दीर्घ श्वास घ्या आणि सोडा. तुम्ही पंधरा-वीस श्वास घ्याल आणि सोडाल आणि तुमच्या लक्षात येईल की राग विलीन झाला. रागाला दाबून टाकावं लागलं नाही आणि कुणावर राग काढावाही लागला नाही. आणि वीस दीर्घ श्वास आरोग्यासाठी लाभदायक आहेत. राग सृजनात्मक झाला.

जे बांधलेले रस्ते आहेत, तेच अखेरचे रस्ते नाहीत. अध्यात्म, आयुष्यातल्या सगळ्या बेचैनीचा नवीन उपयोग करायला शिकवतं. उदाहरणार्थ जेव्हा तुम्हाला राग येईल, तेव्हा तुम्ही डोळे मिटून घ्या आणि रागावर ध्यान केंद्रित करा. मूठ वळून सुद्धा शक्ती व्यर्थ होईल. श्वास घेतलात तर आरोग्यासाठी थोडासा उपयोग होईल. मूर्ती बनवलीत तर हातून थोडंसं सृजनात्मक काम होईल.

पण जेव्हा राग येईल, तेव्हा डोळे बंद करून रागावर लक्ष केंद्रित करा. काहीही करा, पण केवळ रागाकडे पाहा, की राग म्हणजे काय आहे? रागाचं दर्शन करा. साक्षी बनून बसा. जणू काही कुणीतरी दुसराच रागात आहे आणि तुम्ही पाहात आहात. आपल्या रागामध्ये सुद्धा प्रतिमेचं पूर्णच्या पूर्ण निरीक्षण करा.

थोडा वेळ निरीक्षण केल्यावरच तुमच्या लक्षात येईल की राग समाप्त झाला, राग विलीन झाला. जसा मूठ वळल्याने राग विलीन होतो, दगड फोडल्याने विलीन होतो, तसाच निरीक्षणाने देखील विलीन होतो.

पण राग जेव्हा निरीक्षणाने विलीन होतो तेव्हा रागात जी शक्ती लपलेली होती ती तुमच्या अंतरात्म्याचा भाग बनून जाते. जेव्हा मूठ वळून तुम्ही राग विलीन करता तेव्हा शक्ती बाहेर निघून जाते. जेव्हा तुम्ही दगड फोडता, तेव्हा सुद्धा ती बाहेर जाते. पण जेव्हा तुम्ही फक्त शुद्ध निरीक्षण करता, केवळ एक साक्षीदार बनून आत पाहता की राग निर्माण झालाय, मी तो पाहीन आणि काहीच करणार नाही; रागाच्या बाजूने किंवा त्याच्या उलट मी काहीच करणार नाही, केवळ पाहीन. हे सुद्धा म्हणणार नाही की राग वाईट आहे. हे सुद्धा म्हणणार नाही की राग करू नये. हे सुद्धा म्हणणार नाही की मला राग का येतो. मी फक्त पाहीन. जसा आकाशातून एक ढग जात असेल, तसा मी आतल्या रागाच्या ढगाकडे पाहीन. जसं रस्त्यावरून कोणी जात असेल असं आतून जात असलेल्या रागाकडे पाहीन. केवळ पाहीन, काही करणार नाही. तुम्ही चकित व्हाल. काही क्षणांतच, पाहता पाहता, राग शांत झालाय. आणि त्या रागाची जी शक्ती होती, ती तुम्हाला आतल्या आत उपलब्ध झाली आहे.

ज्ञानी माणूस जीवनातल्या सगळ्या बेचैनीचा, निरीक्षण आणि साक्षीभावाद्वारे अंतर्यात्रेसाठी उपयोग करतो. ती बेचैनी इंधन बनून जाते. आणि म्हणूनच असं अनेक वेळा झालंय की महाक्रोधी क्षणभरात आध्यात्मिक बनून गेलेयत.

आपण वाल्मिकीची गोष्ट ऐकली आहे. अशा अनेक कथा आहेत. आपण हैराण होऊन जातो की एवढ्या रागीट, हिंसक, हत्याऱ्या प्रकारच्या व्यक्ती क्षणभरात कशा आध्यात्मिक जीवनात प्रवेशकर्त्या झाल्या? त्याचं रहस्य खरं आहे.

खरंतर तुमच्याकडे रागाची शक्ती देखील नाहीये, तर मग तुमच्याजवळ इंधन सुद्धा नाहीये, मग तुम्ही उपयोगात काय आणणार? त्यामुळे सर्वसाधारण रागीट मनुष्य आध्यात्मिक बनू शकत नाही. विचार करा. साधारण कामवासनेने भरलेली व्यक्ती आध्यात्मिक होऊ शकत नाही. साधारण दुष्टतेने भरलेली व्यक्ती आध्यात्मिक बनू शकत नाही. त्याच्याजवळ जे काही आहे, त्यात तो फक्त कोमट होऊ शकतो, उकळू शकत नाही. त्याच्याकडची शक्ती क्षीण आहे.

त्यामुळे तुम्ही घाबरून जाऊ नका. बेचैनी जर जास्त आहे, तर सौभाग्य आहे. कामवासना जर प्रगाढ आहे, तर सौभाग्य आहे. राग खूप भयंकर आहे, तर परमात्म्याची मोठी कृपा आहे. याचा अर्थ आहे की तुमच्याकडे इंधन आहे. आता ही गोष्ट निराळी की या इंधनाने तुम्ही प्रवास करता की घराला आग लावता. यात पाणी भरता की या ऊर्जेचा उपयोग करून प्रवासाला निघता हे तुमच्या हातात आहे.

परमात्म्याने जे काही दिलंय, ते सगळं उपयोगी आहे. मग ते कितीही विकृत दिसणारं असो आणि कितीही भयानक आणि पापी वाटत असेल, जे काही मनुष्याला मिळालंय, त्या सगळ्याची उपयुक्तता आहे. तुम्ही जर उपयोग करू शकला नाहीत तर तुमच्या व्यतिरिक्त इतर कोणी त्याला जबाबदार नाही.

काही लोक आहेत, ज्यांना जर खत दिलं तर, घरात त्याचे ढीग रचून घाणीने घर भरून टाकतील. त्यांचं घर दुर्गंधाने भरून जाईल आणि काही लोक आहेत जे खत बागेत टाकून देतील. मग त्याच खतातून फुलं फुलतील आणि त्यांचं घर सुगंधाने भरून जाईल. जे लोक खतच सांभाळत बसतील, ते देवाला शिव्याशाप देतील की आमच्यावर हा कुठल्या प्रकारचा अभिशाप आहे की हे खत आमच्यावर लादण्यात आलंय. जे जाणतात, ते खतातून फुलं निर्माण करतात. फुलांचा जो सुगंध आहे ती खताचीच दुर्गंधी आहे. फुलांचा जो रंग आहे तो खताचाच आहे, ते सगळं म्हणजे रूपांतरित झालेलं खतच आहे.

मनुष्याकडे क्रोध, घृणा, हिंसा हे खत आहे; तो अध्यात्माची फुलं फुलवू शकतो. जर तुम्ही तुमचा अंतरात्मा जागृत करण्याचा प्रयत्न केलात तर.

म्हणून बेचैनी आणि अशांतीला घाबरू नका. आत वेडेपणा जाणवत असेल, तर भयभीत होऊ नका. त्याचा उपयोग करा. त्याला साक्षी राहायला सुरुवात करा. आत कुठलीही गोष्ट जेव्हा जाणवेल, तेव्हा त्याकडे संधी म्हणून पाहा की तो ध्यानाचा एक मोका आहे, त्यावर ध्यान करा.

पण आपण उलट करतो. जेव्हा राग येतो, तेव्हा आपण राम राम असा जप करू लागतो. आपण विचार करतो की आपण ध्यान करतोय. राम-राम असा जप करणं म्हणजे

केवळ लक्ष दुसरीकडे वळवणं आहे. तुमच्यात तर राग नुसता उकळतोय, तुम्ही आपलं मन वेगळ्या गोष्टीत लावू पाहताय, जेणेकरून या रागात गुंतून पडू नये. हे तर अशा प्रकारे राम-राम जप करून तुम्ही केवळ स्वतःला थोड्या वेळासाठी वाचवताय, डोकं त्या विचारांपासून हटवताय.

पण राग तिथे तसाच पडून आहे, तो बदलणार नाही. तुमच्या तिथून हटण्याने तो बदलणार नाही, तुम्ही जर स्थिर झालात आणि त्याच्याकडे पाहिलंत तर बदलेल. तुम्ही पाठीवर घेतलंत तर राग आणखी घाव देईल, आणि मुळापाशी पकड घेईल. तुम्ही तुमचे दोन्ही डोळे रागावर केंद्रित करा. आणि हा क्षण आहे जेव्हा तुम्ही भानावर राहून रागाकडे पाहा.

कामवासनेने मनावर पकड घेतली, तर त्यापासून लांब पळू नका. घाबरू नका. राम-राम जप करू नका. कामवासनेकडे सरळ पाहा. वासनांचा सरळ साक्षात्कार जरुरी आहे. पण माणसाला पळून जाणं शिकवलेलं आहे. त्याला सांगितलं गेलं आहे, की जिथे कुठे काही वाईट दिसेल, तिथून तात्काळ पळून जा.

पण पळून जाणार कुठे? वाईट तुमच्या आत आहे, ते तुमच्यासोबत चालत येईल. स्वतःपासून लांब पळण्याचा कुठलाच मार्ग नाहीये. जर वाईट गोष्टी कुठे बाहेर असत्या तर आपण पळून सुद्धा गेलो असतो. त्या आपल्या आत आहेत, त्या बदलाव्या लागतील. या खताचा उपयोग करावा लागेल. याचा उपयोग करणं खूप काही कठीण नाहीये.

कठीण फक्त दोन गोष्टी आहेत. त्यातली एक म्हणजे आधीपासूनच वाईट भाव घेऊन बसलोय. जो माणूस खताचा शत्रू बनून राहिला आहे, तो त्या खताचा उपयोग करू शकणार नाही. आपण आधीच हे मानून बसलोय की राग वाईट आहे, घृणा वाईट आहे, सगळं वाईट आहे. आणि ते सगळं आपल्या आत भरून राहिलंय. वाईटाबद्दलची जी धारणा असते, ती आपल्याला पाहू देत नाही. वाईटाबद्दलची जी धारणा आहे, ती आपल्याला निःपक्षपाती विचार करू देत नाही. वाईटाबद्दलची जी धारणा असते, ती समजण्याच्या आतच आपल्याला पळून जायला आणि लढायला भाग पाडते.

म्हणून, एकतर धारणा सोडून द्या. निर्धाराने पाहायला सुरुवात करा. तथ्य त्यांनाच सापडतं, जे कुठल्याही धारणेशिवाय त्याच्याकडे पाहतात. जे धारणेने पाहतात, ते तर आपल्याच धारणेची पुष्टी करून घेत असतात.

दुसरी गोष्ट, पळून जाण्याची सवय सोडून द्या. संपूर्ण पृथ्वीवर आपल्याला पलायन शिकवलं गेलं आहे. पळून जा, स्वतःला वाचवा. पळून जाण्याने कुणालाही कधीही विजय प्राप्त होत नाही. राग आला तर तुम्ही रेडिओ लावता. मनात कामवासना जागी

झाली, तर रामायण वाचू लागता. मनात घृणा निर्माण झाली, हिंसेची भावना आली तर मंदिरात निघून जाता.

पळून जाऊ नका. पळून जाण्याने काहीही होणार नाही. तुमच्या आत जे लपलेलं आहे ते अजून मजबूत होत जाईल. त्याला ना मंदिर मिटवू शकत, ना रामायण मिटवू शकत. कुणीच त्याला मिटवू शकत नाही. तुमच्या साक्षात्काराशिवाय कुणीच त्याला मिटवू शकत नाही. तुम्हाला त्याकडे नजर रोखून पाहावंच लागेल. तुमच्या आत जे आहे, त्याचं नग्न दर्शन जरुरी आहे.

परंतु, पळून जाणारा दर्शन करू शकत नाही. त्याशिवाय, पळून जाणारा हळूहळू कमजोर होत जातो. तो जितका लांब पाळतो, तितकेच शत्रू त्याचा पाठलाग करतात. कारण ते शत्रू बाहेर नाहीयेत. ते तुमच्या सोबत आहेत, तुमच्या आतच आहेत. तुमचे हिस्से आहेत. दोन गोष्टी, एक तर पक्ष सोडा. पक्षामुळे खूप काठिण्य आहे.

तुम्ही मनाने थोडा आनंद अनुभवायला शिका. पण तुम्ही आधीपासूनच काही गोष्टी मानून बसला आहात आणि मनाच्या शक्तींचा आनंद घेऊ शकत नाही आहात. तुम्ही आधीपासूनच हे मानलं आहे की राग वाईट आहे, कामवासना पाप आहे, लोभ वाईट आहे. हे वाईट आहे, ते वाईट आहे, हे चांगलं आहे. सगळं तुम्ही मानून बसलाय. तुम्हाला माहीत तर काहीच नाहीये. कारण जर तुम्हालाच माहीत असेल की काय वाईट आहे तर मग जे वाईट आहे ते लगेचच संपून जाईल. जर तुम्हालाच माहीत असेल की चांगलं काय आहे, तर चांगल्या गोष्टी तुमच्या आयुष्यात येतील. तुम्हाला काहीच माहिती नाहीये. ऐकलं आहे, लोकांनी म्हटलं आहे; हजार-हजार वर्षांची हवा आणि संस्कार आहेत. तर बास, तुम्ही ते मानून चालला आहात. आणि त्यामुळे मोठ्या अडचणीत सापडला आहात.

राग वाईट आहे, हे माहीत आहे, तरीसुद्धा राग येतो. त्यामुळे अडचण दुहेरी झाली आहे. रागाचं दुःख तर भोगावंच लागतं; मग राग केला याचं सुद्धा दुःख भोगावं लागतं. हे दुहेरी दुःख झालं. रागच पुरेसा होता माणसाला हैराण करायला. आता तुम्ही आणखी एक शत्रू उभा केलात की राग वाईट आहे. तर मग आधी राग केला, त्याचं दुःख भोगा; आणि मग राग केला, म्हणून दुःख भोगा. कामवासना वाईट आहे, आधी कामवासनेचं दुःख भोगा. मग कामवासना उतरवली, हे पाप केलं, याचं दुःख भोगा. अशा प्रकारे आयुष्य आणखी जटिल होऊन गेलंय. कामवासना काय आहे? राग काय आहे? मनाच्या साऱ्या ऊर्जा काय आहेत? यांचं निष्पक्ष दर्शन करायला शिका. तुम्हाला मोठा आनंद होईल. त्या आनंदानेच तुमच्या जीवनात बेचैनी बदलू लागेल आणि चैन निर्माण होईल.

दुसरी गोष्ट, पळून जाणं बंद करा.

वैज्ञानिक म्हणतात की दोनच उपाय आहेत, एकतर पळून जा किंवा मग लढा. आयुष्यात हेच आहे. तुम्ही जर एखाद्या वाघावर हल्ला केलात, तर दोनच उपाय आहेत, एकतर पळून जा किंवा लढा. जर लढू शकत असलात तर ठीक. नाहीतर पळून जा. दोनच उपाय आहेत.

बाहेरच्या आयुष्यात जर संघर्षाची स्थिती आली, तर दोनच पर्याय आहेत, लढा किंवा पळून जा. पण आतल्या आयुष्यात एक तिसरा पर्याय सुद्धा आहे, जागे होण्याचा. हा तिसरा पर्याय म्हणजे धर्म आहे.

आंतरिक विश्वात दोन पर्यायांच्या जागी तीन पर्याय आहेत. एकतर लढा, पळून जा किंवा जागे व्हा. लढू नका आणि पळूनही जाऊ नका. केवळ उठून उभे राहून जागे व्हा. जे काय होतंय ते पाहून घ्या. जागे झाल्यावर लगेचच ऊर्जा रूपांतरित होते आणि बेचैनी आनंदाच्या यात्रेवर निघून जाते. ती एक नौका बनून जाते.

उदासपणा

मनोवैज्ञानिक म्हणतात की लहान मुलांची रडण्याची जी कला आहे, ती त्यांची तणावमुक्त होण्याची व्यवस्था आहे. मुलावर खूप तणाव आहे. मुलाला भूक लागली आहे आणि आई लांब आहे किंवा आई कामात व्यस्त आहे. मुलाला सुद्धा राग येतो. जर मूल रडू लागलं, तर त्याचा राग वाहून जातो आणि मूल हलकं होऊन जातं, पण आई त्याला रडू देणार नाही.

मानसशास्त्रज्ञ म्हणतात की मुलाला रडू द्या; पण त्याला प्रेम द्या. त्याचं रडणं थांबवण्याचा प्रयत्न करू नका. आपण काय करणार? मुलाच्या हातात खेळणं देणार की रडू नकोस. मुलाचं लक्ष दुसरीकडे वळणार. ते खेळणं हातात धरणार. पण रडण्याची जी प्रक्रिया आत चालू होती, ती थांबली. याव्यतिरिक्त जे अश्रू वाहायला हवे होते, ते अडकले. आणि जे हृदय ओझं टाकून हलकं झालं असतं, ते हलकं होऊ शकलं नाही. मूल खेळण्याशी खेळून घेईल, पण हे जे रडणं थांबलं, त्याचं काय होणार? हे विष साचून राहतंय.

मानसशास्त्रज्ञ म्हणतात की मूल इतकं विष साचवून ठेवतं, की तेच त्याच्या आयुष्यातलं दुःखाचं कारण आहे. ते सहसा उदास राहू लागतं. तुम्ही इतके उदास दिसताय, तुम्हाला माहीत नाही हा उदासपणा असू शकला असता, नसू शकला असता, तुम्ही जर जीवनात मनापासून रडला असतात, तर हे अश्रू तुमच्या पूर्ण आयुष्यावर सावली टाकून

राहिले नसते, ते निघून गेले असते. अशा प्रकारचं रडणं थेराप्युटिक असतं. मन हलकं होऊन जातं. रडण्यात केवळ अश्रू वाहत नाहीत, आतला शोक, आतला क्रोध, आतला हर्ष, आतला मनाचा आवेग सुद्धा अश्रूंच्या आधारे बाहेर पडतो. तुमच्या आत काही साचून राहत नाही. स्क्रीम थेरपीचे लोक म्हणतात की जेव्हा केव्हा कुणी माणूस मानसिक रूपात आजारी असतो, तेव्हा त्याला इतकं खोलवर रडण्याची आवश्यकता असते की त्याच्या त्वचेवरची रंध्र, त्याच्या हृदयाचा कण न कण, श्वास आणि हृदयाची धकधक रडण्यात समाविष्ट होऊन जावी, एका अशा किंकाळीची गरज आहे, जी त्याच्या पूर्ण प्राणांतून निघावी, ज्यात तो माणूस म्हणजे ती किंकाळीच बनून जावी.

किंकाळीमुळे हजारो मानसिक रुग्ण ठीक झाले आहेत. एक किंकाळी सुद्धा त्यांच्या न जाणो कितीतरी रोगांतून त्यांना मुक्त करून जाते. पण ती किंकाळी पैदा करवणं मोठी कठीण गोष्ट आहे कारण तुम्ही इतकं काही दाबून ठेवलेलं असतं की तुम्ही रडलात जरी, तरी तुमचं रडणं सुद्धा खोटं असतं. त्यात तुमचे पूर्ण प्राण समाविष्ट नसतात. तुमचं रडणं सुद्धा बनावट असतं. वरवर रडून घेता. डोळ्यांतून अश्रू वाहतात, ते हृदयातून आलेले नसतात. पण किंकाळी अशी असली पाहिजे, जी तुमच्या बेंबीतून निघेल आणि तुमचं पूर्ण शरीर त्यात समाविष्ट होईल. तुम्ही हे विसरून जावं की तुम्ही त्या किंकाळीपेक्षा वेगळे आहात. तुम्ही स्वतः एक किंकाळीच बनून जावं.

मनोवैज्ञानिकांना साधारण तीन महिने तुम्हाला रडवण्यासाठी लागतात. तीन महिने अखंड प्रयोग करून तुमच्या भावना गहिऱ्या केल्या जातात.

ही थेरपी देणारे लोक काय करतात? तुम्हाला छातीवर पालथे जमिनीवर झोपवतात. मग तुम्हाला म्हणतात की जमिनीवर पडून राहा आणि जे काही दुःख मनात येत असेल, त्याला थांबवू नका, ते काढून टाका. रडण्याची इच्छा झाली तर रडा; ओरडण्याची इच्छा झाली तर ओरडा.

तीन महिन्यांपर्यंत असा लहान मुलासारखा माणूस जमिनीवर पडून असतो, रोज एक-दोन तास. कुठल्यातरी दिवशी ती वेळ येते जेव्हा त्याचे हातपाय विद्युत प्रवाहाने थरथरू लागतात. तो माणूस डोळे बंद करून घेतो, तो माणूस जणू भानावर राहत नाही आणि एक भयंकर किंकाळी फोडायला सुरुवात होते. कधी कधी ती किंकाळी तासन तास चालत राहते. तो माणूस अगदी वेडा वाटू लागतो. पण त्या किंकाळीनंतर त्याच्या ज्या काही मानसिक अडचणी असतात त्या सर्व नष्ट होतात.

हा जो ध्यानाचा प्रयोग मी तुम्हाला सांगतोय, तो तोपर्यंत शक्य नाही जोपर्यंत मनाचे आवेग - रडणं, हसणं, नाचणं, ओरडणं, किंचाळणं, वेडं होणं यांचं विसर्जन होत नाही. याशिवाय तुम्ही ध्यानात जाऊ शकत नाही. ह्याच तर बाधा आहेत.

तुम्ही शांत होण्याचा प्रयत्न करताय आणि तुमच्या आत वेग भरलेले आहेत, जे बाहेर पडू इच्छिताहेत. तुमची दशा अशी आहे, जणू किटलीमध्ये असणाऱ्या चहासारखी. झाकण बंद आहे. झाकणावर दगड ठेवलेले आहेत. किटलीचं तोंड सुद्धा बंद केलेलं आहे आणि खाली आग आहे. ती जी वाफ साचून राहतेय ती किटलीला फोडून टाकेल. विस्फोट होईल. पाचदहा लोकांची हत्या होऊ शकते.

ही वाफ काढून टाका. ही वाफ काढल्यावर तुम्ही नवीन बनून जाल आणि तेव्हा ध्यानाच्या दिशेने प्रयोग सुरु होऊ शकतो.

विक्षिप्तता

मनुष्य विक्षिप्त आहे. असं नाहीये की काही लोक विक्षिप्त आहेत; किंबहुना पूर्ण मानवजातच विक्षिप्त आहे. काही लोकांचाच उपचार करून काही होणार नाही, पूर्ण मानवजातीचा उपचार करणं आवश्यक आहे. माणसाला इतकं दाबलं जाऊ शकतं, इतकं संस्करीत केलं जाऊ शकतं की विक्षिप्तता त्याची सर्वसामान्य स्थिती बनून गेली आहे. जसा तो आहे तसं त्याला राहू दिलं जात नाही. त्याला समाजाच्या साच्यात घालण्याचे प्रयत्न केले जातात. त्या साच्यातूनच विक्षिप्तता निर्माण होते.

समाज तुम्हाला एक साचा देतो, एक नमुना देतो. तुम्ही जे नाही आहात ते तुम्हाला बनावं लागतं. तुमच्या व्यक्तित्वाचा केवळ एक अंशच अभिव्यक्त होऊ दिला जातो, आणि बाकीचा हिस्सा दाबून टाकला जातो. त्यामुळे तुमच्या आत गोष्टी विस्कळीत होतात, तुटू लागतात. आणि तुम्ही जे दाबून ठेवता, ते अभिव्यक्त होण्यासाठी संघर्ष करू लागतं.

त्यामुळे प्रत्येक मनुष्य तुकड्यांमध्ये विभागला गेला आहे, तुटलेला आहे, आपल्याच विरोधात लढतो आहे. मनुष्याचं असणंच विक्षिप्तता मानलं गेलं आहे. तो विश्रांती घेऊ शकत नाही, शांत होऊ शकत नाही, आनंदी होऊ शकत नाही. मनुष्य नेहमी नरकातच आहे, आणि जोपर्यंत त्याचे सगळे तुकडे एक होत नाहीत, तोपर्यंत तो या नरकातून बाहेर पडू शकत नाही.

काहीतरी करावं लागेल ज्याने तुमच्या विक्षिप्ततेला बाहेर काढलं जाऊ शकेल, तुमच्या विखुरलेल्या तुकड्यांना पुन्हा एकत्र केलं जाऊ शकेल. जे अभिव्यक्त केलं नाही ते अभिव्यक्त करावं लागेल आणि चेतन मनाद्वारे अचेतन मनाचं जे सतत दमन चालू आहे, ते थांबवावं लागेल.

ध्यानाच्या जुन्या पद्धती या गोष्टी लक्षात घेत नाहीत, त्यामुळे त्या पद्धती सफल होऊ शकल्या नाहीत. काय कारण असेल त्यांच्या असफलतेचं?

त्या पद्धती मनुष्याला त्या स्थितीत ध्यानात घेऊन जाऊ इच्छितात, जसा तो आहे. या पद्धती काही प्रमाणातच उपयोगी ठरू शकतात. फक्त परिघावरच त्यांचा प्रभाव राहील. पण आतलं जे विभाजन आहे, ते तर कायमच राहील कारण ते मिटवण्यासाठी तुम्ही काहीच केलं नाहीत.

जसं की जैन पद्धती आहेत, महेश योगीचं भावातीत ध्यान आहे, आणखी इतर बऱ्याच पद्धती आहेत ज्या तुम्हाला एका सीमेपर्यंत घेऊन जाऊ शकतात. त्या तुम्हाला थोडा वेळ शांती देऊ शकतात, बाहेरून तुम्ही शांत व्हाल. पण तुमच्या आत काही नाही होणार आणि होऊसुद्धा शकत नाही. तसं पाहायला गेल्यास बाहेरची शांती धोकादायक आहे कारण मग आतल्या आत अशांती फोफावत राहील आणि एक दिवस फुटून बाहेर येईल. मुळात तर काही झालंच नाही. तुम्ही फक्त आपल्या चेतन मनाला स्थिर होण्यात पारंगत करून घेतलं.

मनाला स्थिर करणं तर खूप सोपं आहे - एखादा मंत्र वाचा, जप करू लागा. ज्या कुठल्या गोष्टीमुळे आत कंटाळा निर्माण होत असेल, त्यापासून तुम्हाला थोडा आराम मिळेल. उदाहरणार्थ, तुम्ही जर राम-राम जपत राहिलात तर त्याचा सतत उच्चार केल्याने उबदार वाटू लागतं, झोप येऊ लागते आणि तुमचं मन झोपून जातं. त्या झोपेला तुम्ही शांती समजू शकता, स्थिरता समजू शकता. वास्तवात ही एक प्रकारची उब आहे. पण त्यामुळे तुम्ही आता आपलं आयुष्य कसंतरी सहन करता आणि वेडेपणा आतल्या आत उकळत राहील. कधीतरी वेडेपणा जेव्हा सीमेच्या बाहेर जाईल तेव्हा तो फुटून बाहेर येईल.

म्हणूनच मी या गोष्टीवर भर देतो की आधी तुम्ही आपल्या आतलं विभाजन मिटवून टाका, आतून अखंड बना. जोपर्यंत तुम्ही अखंड होत नाही, तोपर्यंत काहीच केलं जाऊ शकत नाही. तर मग पहिली गोष्ट ही आहे की तुमची विक्षिप्तता मिटवायची आहे.

सक्रिय ध्यानाची माझी पद्धत तुमच्या विक्षिप्ततेला स्वीकार करते आणि त्याचा एक प्रकारे निचरा करते. ही पद्धत मूलतः रेचलन आणि कथार्सिस यांनी सुरु होते. आतमध्ये जे काही लपलं आहे, ते बाहेर काढणं आवश्यक आहे. तुम्हाला गोष्टी दाबून टाकणं बंद करावं लागेल. आपल्या भावना अभिव्यक्त करायला सुरुवात करा. स्वतःची निंदा करू नका. जसे आहात, तसेच स्वतःला स्वीकार करा, कारण निंदा तर विभाजन निर्माण करते. जसं तुम्ही स्वतःला स्वीकार करता, तुम्ही तुकड्यातुकड्यांमध्ये विभाजित होत नाही, तुम्ही अखंड होऊ लागता.

जेव्हा तुम्ही आतून तुटलेले आणि विखुरलेले असता तेव्हा तुमच्या ऊर्जेची स्वतःशीच लढाई चालू असते. मग तुमच्या ऊर्जेचा उपयोग कुठल्या रूपांतरासाठी केला

जाऊ शकत नाही. तर तुम्ही जे आहात, त्याचा स्वीकार करा. जे काही तुम्ही अजूनपर्यंत दाबून ठेवलं आहे, ते मुक्त करा. याव्यतिरिक्त, जर सचेतन रूपात तुम्ही आपली विक्षिप्तता बाहेर काढलीत तर एक दिवस तुम्ही अशा बिंदूवर पोहोचाल, जिथे आत कोणतीच विक्षिप्तता बाकी राहणार नाही.

जे लोक आपली विक्षिप्तता दाबून ठेवतात, ते आणखी आणखी विक्षिप्त होत जातात, आणि जे लोक त्या विक्षिप्ततेची अभिव्यक्ती करतात, ते तिच्यापासून मुक्त होऊन जातात. त्यामुळे जोपर्यंत तुम्ही सजग स्वरूपात विक्षिप्त होत नाही, तोपर्यंत तुम्ही विक्षिप्ततेपासून मुक्त होऊ शकत नाही. आर. डी. लैंग यांनी म्हटलं आहे की "स्वतःला विक्षिप्त होण्याची संधी द्या."

तुम्ही विक्षिप्त असाल, तर त्याबाबतीत काहीतरी करणं आवश्यक आहे. जुन्या परंपरा सांगतात आपली विक्षिप्तता दाबून ठेवा, तिला बाहेर येऊ देऊ नका, नाहीतर तुमच्या प्रत्येक कृत्यात विक्षिप्तता दिसून येईल. पण मी म्हणतो की आपल्या विक्षिप्ततेला बाहेर येण्याची संपूर्ण संधी द्या, तिच्याप्रती सजग व्हा. विक्षिप्ततेला ओलांडण्याचा हाच उपाय आहे.

मुक्त करा आपल्या विक्षिप्ततेला. आत राहून तर ती विषारी बनून जाईल. तिला आपल्या यंत्रणेतून पूर्णपणे काढून टाका. पण विक्षिप्ततेला बाहेर काढण्याचं, बाहेर फेकण्याचं हे काम मोठ्या सजग प्रकारे करावं लागेल, तेव्हा त्याचा काहीतरी परिणाम होईल.

तुम्हाला दोन गोष्टी करायच्या आहेत : जे काही तुम्ही करत आहात त्याच्या प्रती सजग राहा आणि काहीही दाबून ठेवू नका. आपल्या मनात सजग होण्याचा अर्थ सहसा दाबून टाकणं असा असतो. हीच समस्या आहे. ज्या क्षणी तुम्ही आपल्या आतल्या कुठल्या गोष्टीच्या प्रती सजग होता, त्याच क्षणी तुम्ही ती गोष्ट दाबून टाकू लागता. तर तुम्हाला शिकायचं हे आहे की, सजग सुद्धा राहा आणि आपल्या भावनांचं दमन सुद्धा करू नका.

सक्रिय ध्यानाची पद्धत म्हणजे हाच प्रयत्न आहे.

ओशो

मेडिटेशनः द आर्ट ऑफ एक्सटसी

13.

कंटाळ्यापासून कसं मुक्त व्हावं?

तुम्ही आधीच खूप काही करून ठेवलं आहे. तुम्ही आयुष्याला कंटाळवाणं बनवलं आहे - काय कामगिरी आहे तुमची. आयुष्य म्हणजे आनंदाचं असं नृत्य आहे आणि तुम्ही त्याला कंटाळ्यात बदललंत? तुम्ही तर चमत्कार केलात. आणखी तुम्हाला काय करायचं आहे? यापेक्षा मोठं तुम्ही अजून काही करू शकत नाही.

जीवनाची उपेक्षा करण्याची तुमची क्षमता आश्चर्यकारक आहे. तुम्ही नक्कीच पक्ष्यांची, वृक्षांची, फुलांची, माणसांची उपेक्षा करत आहात. नाहीतर जीवन खूपच सुंदर आहे, इतकं जास्त सुंदर की जसं हे जीवन आहे तसं त्याकडे पाहू लागलात तर तुमच्या चेहऱ्यावरचं हसू कधीच पुसलं जाणार नाही. किमानपक्षी तुम्हाला आतल्या आत गुदगुल्या होत राहतील.

जीवन कंटाळवाणं नाहीये, पण मन कंटाळवाणं आहे. आणि आपण इतकं प्रगाढ मन निर्माण केलं आहे; आपल्या चारी बाजूंना जणू चीनची भिंत उभी केली आहे, ती जीवनाला आपल्यापर्यंत पोहोचू देत नाही. ती आपल्याला जीवनापासून तोडते.

बहुतेक माणसं कुठेच कुठल्या प्रकारचंच आश्चर्य पाहू शकत नाहीत. जेव्हा की प्रत्येक क्षण इथे आश्चर्यच आश्चर्य आहे, कारण जीवन कधीच एकसारखं नसतं. ते सतत बदलत असतं आणि ते इतकी वळणं घेतं की ज्याचं काही अनुमान लावलं जाऊ शकत नाही. तुम्ही एवढ्या आश्चर्यांनी प्रभावित झाल्याशिवाय कसे राहू शकता?

आपण एकाकी होऊन जातो, बांधलेले, बिनखिडक्यांचे. जणू तुरुंगाच्या आत तुम्ही जगत असता, तुम्ही पहाटेचा सूर्य पाहत नाही, तुम्ही पक्ष्यांना पंख फैलावताना पाहत नाही, तुम्ही ताऱ्यांनी सजलेली रात्र पाहत नाही.

जीवन कंटाळवाणं बनवण्यासाठी तुम्हाला धार्मिक बनावं लागेल, तुम्हाला मोठा पंडित व्हावं लागेल. तुम्हाला माणुसकी, हिंदूवाद, इस्लाम यांचा जाणकार व्हावं लागेल.

तुम्हाला वेदांपासून, कुराणपासून, बायबलपासून खूप काही शिकावं लागेल. तुम्हाला खूप पारंगत विद्वान बनावं लागेल. एक माणूस जो खूप जाणकार आहे, पंडित आहे, शब्दांची - व्यर्थ शब्दांची, रिकाम्या शब्दांची एक अशी जाडजूड भिंत आपल्या भोवती बनवून घेतो की तो जीवन पाहण्यास असमर्थ होऊन जातो. बुद्धी म्हणजे जीवनासाठी नाकेबंदी आहे. जगातली सर्वात गरीब व्यक्ती ती आहे जी अज्ञानाच्या पडद्याच्या मागे जगते.

प्रभावित न होता जगण्याची फक्त एकच पद्धत आहे, तुम्ही भूतकाळाशी, आपल्या अनुभवांशी, आपल्या बुद्धीशी, आपल्या आठवणींशी, आपल्या मनाशी चिकटून राहा. तेव्हा तुम्ही ते पाहू शकत नाही; वर्तमान सतत तुमच्या हातून निसटून जात राहतं. वर्तमान चुकवू नका नाहीतर तुमच्या मनाला कंटाळवाणं वाटेल. वर्तमानात राहा आणि तुम्ही आश्चर्यचकित व्हाल; तेव्हा कुठलाही कंटाळा राहणार नाही.

आपल्या चहूकडे लहान मुलाप्रमाणे बघायला सुरुवात करा. पुन्हा लहान मूल व्हा. ध्यानाचा अर्थ हाच आहे की पुन्हा मूल होऊन जाणं, एक नवीन जन्म, पुन्हा निरागस बनून जाणं; जाणकार नाही. समुद्रकिनारी जा आणि शिंपले वेचा. मग फुलपाखरांच्या मागे धावा, वाळूचे किल्ले बनवा.

असं जगू नका की तुम्हाला सगळं माहीत आहे किंबहुना असा विचार करा की तुम्हाला काही माहीत नाही. ज्या क्षणी तुम्ही काहीतरी जाणता, तेव्हा कंटाळा निघून जातो. जाणणं हा इतका अपूर्व अनुभव आहे की मग कंटाळा राहू शकत नाही...चारी बाजूंना थोड्या जास्त स्पष्टपणे पाहा, अधिक पारदर्शकतेने पाहा...आणि मग जीवनात प्रचंड हास्य आहे.

ओशो

आह, दिस !

पुनर्विचार आला की त्यासोबत कंटाळा येतो. प्राणी भूतकाळ लक्षात ठेवू शकत नाहीत, त्यामुळे त्यांना कंटाळा येत नाही. ते भूतकाळ लक्षात ठेवू शकत नाहीत, त्यामुळे त्यांना पुन्हापुन्हा विचार करण्याचा अनुभव येत नाही. म्हैस रोज एकाच प्रकारचा चारा आनंदाने चावत राहते. तुम्ही तसं करू शकत नाही. तुम्ही तोच तोच चारा खुशीने कसा खाऊ शकणार? तुम्ही थकून जाल.

म्हणून लोक परिवर्तनाचा प्रयत्न करतात. ते नवीन घरात जातात, ते घरी नवीन कार घेऊन येतात, ते आधीच्या नवऱ्यापासून घटस्फोट घेतात, ते नवीन प्रेमप्रकरण सुरु करतात, पण कालांतराने ती गोष्टसुद्धा एक पुनरावृत्ती बनून जाते. स्थान बदलणं, व्यक्ती बदलणं,

जोडीदार बदलणं, घर बदलणं याने काही होणार नाही. याच्या व्यतिरिक्त जेव्हा कुठला समाज खूप कंटाळून जातो, तेव्हा लोक एका शहरातून दुसऱ्या शहरात जाऊ लागतात, एक नोकरी सोडून दुसरी पकडतात, एका पत्नीला सोडून दुसऱ्या पत्नीकडे जातात. पण उशीरा का होईना हे लक्षात येतं की हा सगळा मूर्खपणा आहे कारण तीच गोष्ट पुन्हा पुन्हा होणार असते, प्रत्येक स्त्री सोबत, प्रत्येक पुरुषासोबत, प्रत्येक घरासोबत, प्रत्येक कारसोबत.

मग काय करायला हवं? जास्त भानावर या. ही गोष्ट परिस्थिती बदलण्याची नाहीये; आपल्या अस्तित्वाचं रूपांतर करा, जास्त जागरूक बना. जर तुम्ही जास्त सचेतन होऊ शकलात तर तुम्ही हे पाहू शकाल की प्रत्येक क्षण नवीन आहे; पण त्यासाठी चेतनेच्या प्रबळ ऊर्जेची गरज असते.

तुमची पत्नी तीच ती नाही आहे. तुम्ही भ्रमात आहात. पुन्हा घरी जा आणि आपल्या पत्नीला पुन्हा एकदा पाहा, ती तीच नाहीये. कोणीच व्यक्ती तीच राहू शकत नाही. हे वृक्ष काल होते तसे आज नाहीयेत. कसे काय असू शकतात? ते विकसित झाले आहेत. कितीतरी पानं गळाली आहेत, नवीन पानं उगवली आहेत. बदामाचा वृक्ष पाहा, किती सारी नवीन पानं आली आहेत. दर दिवशी जुनी पानं गळून पडतात आणि नवीन पानं येतात. पण तुम्ही पूर्ण भानावर नाही आहात.

एकतर आपण भानावर असूच नये, मग तेव्हा तुम्ही पुनरावृत्ती करू शकत नाही, किंवा मग इतके भानावर असा की तुम्ही प्रत्येक पुनरावृत्तीत काहीतरी नवीन पाहू शकाल. या दोन पद्धती आहेत कंटाळ्यातून बाहेर पडण्याच्या.

ओशो

14.

तणाव का? थकवा का?

कुठलंही काम करताना माणसाला थकवा जाणवतो. तो जे काही करतो, त्यामध्येच तो थकून जातो. पण तुम्ही कधी विचार केला आहे का की थकवा का जाणवतो? कुठलंही काम करताना तुम्ही थकलेले वाटता. पण अचानक अशी घटना घडते की सगळा थकवा मिटून जातो.

मागच्या दीडशे वर्षांत काही थोड्याश्या मूल्यवान माणसांपैकी एक, व्हिन्सेंट वॅन गॉग हा एक डच चित्रकार होऊन गेला. तो खूप कुरूप होता, त्यामुळे कुठली स्त्री कधी त्याच्या प्रेमात पडली नाही. त्याचं आयुष्य म्हणजे एक प्रकारचा थकवा होता, एक मोठा कंटाळा. वॅन गॉगने लिहिलं की सकाळी उठण्याचं मला काही कारण दिसत नाही, कशासाठी उठू? उठावं लागतं, नाईलाज आहे, उठतो. रात्री झोपण्याचं काही कारण दिसत नाही; कारण काही भविष्य नाहीये. वॅन गॉग चालत देखील असेल तेव्हा त्याचे पाय डळमळत असतील. तो काम सुद्धा करत असेल तेव्हा त्याच्या कामावर एक उदासपणा पसरलेला असेल. तो ज्या दुकानावर काम करतो, एका चित्रांची विक्री करणाऱ्या दुकानात, पेंटिंग्ज विकणाऱ्या दुकानात काम करतो - त्या दुकानाच्या मालकाने कधीच नाही पाहिलं की वॅन गॉगने कधी कुठल्या ग्राहकात काही रस घेतला असेल. ग्राहक येताना पाहून त्याला वाटायचं की एक आपत्ती येत आहे. उठून येतो, चित्रं दाखवतो सुद्धा, पण जणू काही कुणी ऑटोमॅटिक, कुठलंतरी यंत्र सर्व करत असेल.

पण एक दिवस त्याच्या मालकाने पाहिलं की वॅन गॉग गाणं गुणगुणत पायऱ्या चढतोय. ही पहिलीच वेळ होती जेव्हा त्याला कुणीतरी गाणं गुणगुणत असताना पाहिलं. तो जेव्हा जवळ आला तेव्हा मालकाने पाहिलं की तो केवळ गाणं गुणगुणत नाहीये, तर आज असं दिसतंय की त्याने आंघोळ सुद्धा केलीये. आंघोळ तो रोजसुद्धा करायचा, पण तो फक्त अंगावर पाणी ओतून घ्यायचा. पाणी अंगावर घेणं आणि आंघोळ करणं

यात मोठा फरक आहे. जेव्हा कोणी स्वतःसाठीच पाणी अंगावर घेतो तेव्हा ते नुसतं पाणी अंगावर घेणं असतं. आणि जेव्हा दुसऱ्या कुणासाठी अंगावर पाणी टाकतो, तेव्हा आंघोळ असते आणि दोन्हींमध्ये मूलभूत फरक हा की कपडे त्याचे तेच होते, पण आज त्या कपड्यांची धाटणी बदललेली होती. माणूस तोच होता, पण चाल बदलली. त्याच्या मालकाने विचारलं वॅन गॉग, काय झालं. वॅन गॉगने म्हटलं आज माझ्या आयुष्यात एक स्त्री आली - प्रेमाची एक घटना.

त्या दिवशी ग्राहकांत त्याला वेगळाच रस होता. त्या दिवशी ग्राहकांना येताना पाहून तो खूश होता. त्या दिवशी त्याच्या कामात फरक दिसून येत होता. जणू काही आयुष्याला काहीतरी अर्थ लाभला.

वॅन गॉगने त्या दिवशी आपल्या डायरीमध्ये लिहिलं आहे की पहिल्यांदा एक दिवस असा गेला, ज्या दिवशी मी थकलो नाही, नाहीतर मी सकाळी थकलेलाच उठतो आणि रात्री थकूनच झोपी जातो. त्या दिवशी मी संध्याकाळी सुद्धा ताजातवाना होतो, थकलो नव्हतो. आणि काम मी माझ्या इतर दिवसांपेक्षा जास्त केलं.

काय फरक झाला? जो तणाव कालपर्यंत होता, आज तो तणाव नव्हता. जे काम करण्यात तणाव आहे, ते काम तुम्हाला थकवून टाकेल आणि जे काम करण्यात तणाव नाहीये, सहजता आहे, ते तुम्हाला आणखीन ताजतवानं बनवून सोडेल. काम थकवत नाही, किंवा ताजतवानं करत नाही. हे सर्व माणसावर अवलंबून असतं.

आपण संपूर्ण जीवनाला काम बनवून टाकतो

आपण संपूर्ण जीवनाला काम बनवून टाकतो, तणाव बनवून टाकतो. मी ऐकत असतो, लोक माझ्याकडे येतात, ते म्हणतात की वडील आजारी आहेत, त्यांची सेवा करतोय, कर्तव्य आहे, ड्यूटी आहे. ड्यूटी असते पोलिसांची, कर्तव्य असतं एका नोकराचं. मुलाचं कर्तव्य नसतं. कर्तव्याचा अर्थ आहे : केलं पाहिजे, म्हणून करतोय. पण जर वडिलांची सेवा करणं हे कर्तव्य असेल तर मग सेवा एका दगडासारखी उरावर जाणवू लागेल. आणि मनाच्या आतल्या कुठल्यातरी कोपऱ्यात जर असा भाव निर्माण होऊ लागला तर असा विचार करू नका की हा भाव कुठून येतोय की वडिलांचं निधन झालं तर जास्त चांगलं होईल. तरी तुम्ही म्हणणार की हा वाईट विचार कुठून येतोय, असा विचार येऊ नये. तुम्ही तो विचार प्रकट सुद्धा करणार नाही. पण ज्या दिवशी तुम्ही सेवेला कर्तव्य मानलंत, त्याच दिवशी या विचारांचं बीज सुद्धा तुम्ही पेरलंत, आपल्या आत हे कुणी दुसरं घेऊन येत नाहीये कारण जिथे कर्तव्य आहे, तिथून सुटका करून घेण्याची इच्छा होणारच.

वडिलांची सेवा जर कर्तव्य वाटली नाही तर त्याचं ओझं वाटणार नाही आणि तेव्हा खरी गोष्ट तर अशी आहे की वडिलांची सेवा करताना पहिल्यांदाच तुमच्या आयुष्यात ते फूल फुलेल, ज्याचा अर्थ मुलगा असणं असतं. नाहीतर ते फूल कधीच फुलणार नाही, वडील तुम्हाला जन्म देऊन वडील बनत नाहीत आणि तुम्ही कुणाकडून जन्म घेऊन मुलगा होत नाही. मुलगा तुम्ही त्या दिवशी होता ज्यादिवशी तुम्हाला वडिलांची सेवा आनंद देते. याउलट वडील सुद्धा तुम्ही त्यादिवशी होता ज्यादिवशी मुलाच्या प्रती जे प्रेम आहे ते तुम्हाला आनंद देतं, काम आणि कर्तव्य नाही.

जीवनात जे काही श्रेष्ठ आहे, ते निसर्गात फुलतं. आणि जीवनात जो काही कचरा आहे तो सर्व तणावाने निर्माण होतो. आपलं संपूर्ण जीवन म्हणजे एक मोठा प्रवास आहे, एका तणावापासून दुसऱ्या तणावापर्यंत. आपण सगळे चवड्यांवर उभे आहोत.

तुम्ही केव्हातरी चवड्यांवर उभे राहून पाहा. तसं तर सगळेच लोक जीवनात चवड्यांवर उभे आहेत, पण कधीतरी असे चवड्यांवर उभे राहून पाहा. लवकरच थकून जाल. चवड्यांवर तुम्ही कितीही स्थिर उभे राहिलात, तरी आतून तुम्ही कंप पावत राहणार, आणि उभं राहणं हा प्रत्येक क्षणी श्रम असेल.

पण आपण सर्व चवड्यांवर उभे आहोत. आपलं उभं राहणं सरळसोपं उभं राहणं नाहीये. कोणीही माणूस चवड्यांवर उभा का राहतो? त्याला उंच दिसायचं असतं, धिप्पाड दिसायचं असतं; इतरांच्या नजरेत भरायचं असतं. इतरांची नजर खूप मूल्यवान आहे; आपला साधेपणा स्वीकारत नाही. माणसाला उंच व्हायचं असतं.

पाश्चिमात्य देशांत स्त्रियांनी उंच टाचांच्या चपला निर्माण केल्या आहेत त्या फक्त पुरुषांसोबत स्पर्धा करण्यासाठी. पुरुष थोडे उंच असतात. त्या उंच टाचांच्या चपला घालून चालणं सुखद नसतं; कारण ते प्रकृतीच्या एकदम विरुद्ध आहे. प्रत्यक्षात, उंच टाचांच्या चपला घालण्याचा अर्थ आहे की तुम्ही चवड्यांवर उभे राहू इच्छिता, आधार हवा असतो, तर उंच टाचांचा आधार मिळून जातो. स्त्रीला पुरुषासारखं उंच होण्याची तृष्णा आहे; स्वीकार नाहीये. दुसऱ्याशी काहीतरी तुलना आहे, आणि दुसऱ्याशी मुकाबला करण्याची काही भावना आहे. मग तर ती पूर्ण जीवनावर पसरली जाईल. हा तर दृष्टिकोन अजून अर्धा झाला. ज्या दिवशी पश्चिमेला आजपासून तीनशे वर्षं आधी, स्त्रियांनी उंच टाचांच्या चपलांचा शोध लावला, त्याच दिवशी हे म्हटलं जाऊ शकत होतं की आज नाहीतर उद्या, जे काही स्त्रिया आज पश्चिमेला करतायत, ते त्या उंच टाचांच्या चपलांनीच निश्चित होऊन गेलं. एक भावना आहे आत. परंतु उंच टाचांच्या चपला घालून उभं राहणं सुखद नसतं.

उभं राहणं हे सुद्धा एक दुःख बनून जाईल. चालणं म्हणजे कष्टाचं काम होऊन जाईल. चालणं हा एक आनंद असू शकतो. चालणं आनंदपूर्ण आहे. पण ज्यांना चवड्यांवर उभं राहण्याची सवय लागली आहे, ते मग चालू शकत नाहीत. पूर्ण शरीराला ओढावं लागतं. लाओत्से म्हणतो की चवड्यांवर जो उभा आहे, तो चिकाटीने उभा राहू शकत नाही. तो कंप पावत देखील राहील कारण जे काही आधार त्याने घेतले आहेत, सगळे खोटे आहेत आणि कृत्रिम आहेत. त्याचा पाय लांब नाहीये, ती चपलेची टाच आहे. तो ज्या आधारे उंच झालाय, ते सगळे आधार खोटे आहेत.

एक राजकारणी आपल्या खुर्चीमुळे मोठा झालाय, ती खुर्ची तितकीच खोटी आहे. त्यामुळे राजकारणी आपल्या खुर्चीवर बसून कधी शांततेत बसू शकत नाही. खुर्चीत असणं आणि शांती लाभणं खूप कठीण आहे. इतरांपेक्षा वरचढ दिसण्याचा हा जो प्रयत्न आहे, हा प्रयत्नच खुर्चीवर शांतपणे बसू देत नाही. त्यामुळेच सम्राटांच्या रात्री जर कष्टप्रद असतील, आणि जर सम्राटांना कधी कधी भिकाऱ्यांची ईर्ष्या देखील वाटली असेल आपल्या मनात, तर त्याला काहीतरी कारण आहे.

जर एखाद्या व्यक्तीने पैशांचा ढीग उभा केलाय आणि त्याच्या वर जाण्याच्या प्रयत्नात असेल, तर हा ढीग, तो कितीही विचार करत असूदे की तो ढिगाच्या वर उभा आहे, त्याला हे समजो अथवा न समजो, त्याला हे माहीत नाही, हा ढीग वास्तवात त्याच्या डोक्यावर बसेल. तो दबला जाईल. तो या ढिगाच्या वर येऊ शकणार नाही.

लाओत्से म्हणतो, जर चिकाटीने उभं राहायचं असेल तर असं उभं राहिलं पाहिजे की उभं राहण्यात कोणताही तणाव असणार नाही. चवड्यांवर उभं राहता येणार नाही. आणि जेव्हा तुम्ही चवड्यांवर उभे राहता, तेव्हाच कळतं की तुम्ही 'उभे' आहात. जेव्हा तुम्ही पूर्ण पायावर भार देऊन उभे राहता, तेव्हा तुम्हाला कळतही नाही की तुम्ही उभे आहात. पण आपली सवय संतुलनाची नाहीये.

संतुलित होण्याचा एक ध्यान प्रयोग

यासाठी लाओत्सेच्या परंपरेत एक प्रक्रिया आहे. लाओत्से आपल्या शिष्यांना सांगायचा की उभे राहा, मग डोळे मिटा, मग ध्यान करा की तुम्ही पायाच्या कुठल्या भागावर दाब तर देत नाही आहात. दोन्ही पायांवर पूर्णपणे एकसारखं संतुलन ठेवा. पण आपल्याला तर कळणार देखील नाही. म्हणून मग कळून येण्यासाठी लाओत्से म्हणायचा की उभे राहा, मग एका पायावर जोर द्या; डाव्या पायावर पूर्ण जोर द्या; डाव्या पायावरच उभे राहा, दाब आत शिफ्ट करा. तेव्हा तुमच्या लक्षात येईल की उजवा पाय नपुंसक

झाला, त्यात प्राण राहिला नाही. मग उजव्या पायावरून पूर्ण जोर काढून टाका तेव्हा तुम्हाला कळेल की दावा पाय रिक्त आणि रिकामा झाला आहे. मग तेव्हा दोन्ही पायांवर एकसारखाच जोर द्या.

लाओत्से म्हणायचा, ज्या दिवशी तुमचं संतुलन एकदम एकसारखं होऊन जाईल, तुम्हाला डाव्या आणि उजव्या पायांतला फरक कळणार नाही की कुठला पाय डावा आहे आणि कुठला पाय उजवा आहे आणि ज्या दिवशी संतुलन बरोबर होईल, त्या दिवशी तुम्ही कितीही वेळ उभे राहिलात, तरी तुम्ही थकणार नाही. हे फक्त पायाला लागू नाही, पूर्ण शरीराला लागू आहे. जर आपला प्राण पूर्ण शरीरात समान पद्धतीने वितरित झाला, तर ज्या प्रकारे आपण थकतो आणि हैराण होतो, तसं थकण्याचं आणि हैराण होण्याचं काही कारणच राहणार नाही. कधीतरी लोकांकडे पाहा. स्वतःला पाहणं तर कठीण असतं, दुसऱ्यांना पाहिलंत तर सोपं पडेल, कुठल्यातरी परीक्षागृहात जा आणि विद्यार्थ्यांना लिहिताना पाहा. तर तुम्ही हे पाहून हैराण व्हाल की लिहिलं तर जातं हाताने, पण त्या विद्यार्थ्यांचे पाय सुद्धा ताणले गेले आहेत, पायांशी लिहिण्याचा काहीच संबंध नाहीये. कुशल लेखक असेल तर पेन जितक्या बोटांत पकडलंय, तेवढाच जोर हातावर देण्याची गरज आहे, त्यापेक्षा जास्त जोर लावण्याची गरज नसते. पण संपूर्ण शरीर ताणलं जातं, डोक्यापासून पायांपर्यंत एक-एक नस खेचली जाते.

एखाद्या माणसाला सायकल चालवताना पाहा. तर मग फक्त चवड्यांवर सायकल चालवता येते पण त्याचं पूर्ण शरीर संलग्न असतं, ही जी पूर्ण शरीराची संलग्नता आहे, हा अकारण थकवा आहे आणि ही जर सवय बनून गेली तर आपलं पूर्ण जीवन व्यर्थ तणावात तुटून जातं.

मॅथ्यू ॲलेक्झाण्डर याची बिहेवियर थेरपी

इंग्लंड मध्ये मॅथ्यू ॲलेक्झाण्डर नावाचा एक खूप मोठा शिक्षक होता. तो शिक्षक या गोष्टीचा होता की लोकांना शिकवायचा की चालायचं कसं आणि तुम्ही हे जाणून हैराण व्हाल की ॲलेक्झाण्डर याने हजारो लोकांचे हजारो आजार केवळ त्यांना नीट उभं राहणं, नीट पहुडणं, नीट बसणं हे शिकवून बरे केले. तो केवळ माणसाच्या गतिविधींचा शिक्षक होता पण त्याची पद्धत उपचारपद्धत म्हणून सिद्ध झाली. ॲलेक्झाण्डरने आपल्या संस्मरणात लिहिलं आहे की मी अजूनपर्यंत असा एकही माणूस पाहिला नाही जो आपल्या शरीरासोबत सद्व्यवहार करत असेल. पण याबद्दल माणसाला काही माहीतच नाही.

ॲलेक्झाण्डरने लाओत्सेचं स्मरण केलं आहे आणि त्याने म्हटलंय की या माणसाला

रहस्य माहीत होतं. तो म्हणतो की कोणी आपल्या चवड्यांवर उभा राहिला तर चिकाटीने उभा राहू शकणार नाही. त्याचं पूर्ण आयुष्य एक कमजोरी बनून जाईल. त्याच्या पूर्ण आयुष्यात एका भयाचा कंप आत प्रवेश करेल. तो जे काही करेल, कंपित असेल, घाबरलेला असेल, भ्यालेला असेल. आणि याचं कारण? याचं कारण हे नाहीये की तो कमजोर आहे. याचं कारण फक्त हे आहे की दुसऱ्यांसमोर तो शक्तिशाली दिसण्याच्या व्यर्थ प्रयत्नात व्यस्त आहे. जेव्हा तुम्हाला वाटेल की तुमच्या आत भीती निर्माण होते आहे की मी निर्बुद्ध तर नाही, तेव्हा तुम्ही समजून जा की तुम्ही चवड्यांवर उभे राहून लोकांना दाखवताय की मी बुद्धिमान आहे. जीवन खूप उफराटं आहे.

प्रयत्नात तणाव आहे

अमेरिकेत एक मानसशास्त्रज्ञ आहे, अब्राहम मैसलो. एक रुग्ण त्याच्याकडे आला आहे. तो एका खूप मोठ्या बँकेचा डायरेक्टर आहे आणि त्याचं सगळं काम त्याच्या लिखाणावर अवलंबून आहे. आजपर्यंत त्याची प्रतिष्ठा आणि प्रशंसा त्याच्या खूपच सुवाच्य आणि सुंदर हस्ताक्षराची राहिली आहे. पण इथे काही दिवसांपासून त्याचा हात कंप पावू लागला आहे आणि त्याचं हस्ताक्षर खराब होऊ लागलं आहे. तो जितके प्रयत्न करतो, आपलं हस्ताक्षर वाचवण्याचे, तितकंच त्याचं हस्ताक्षर आणखी खराब होत जातं. आणि आता त्याच्या मनात ही भीती निर्माण झालीय की एकतर त्याला काम सोडावं लागेल कारण त्याच्या आयुष्यभराची प्रतिष्ठा नष्ट होत चालली आहे. त्याने न जाणो किती लोकांचा सल्ला घेतला आहे. सर्व सल्ले धोकादायक सिद्ध झाले आणि सर्व सल्ल्यांचा परिणाम हा झाला की त्याचा हात आणखी खराब झाला. तो मैसलोला विचारतो. ?

तर मैसलो त्याला म्हणतो की तू एक काम कर, जेव्हा तुझं हस्ताक्षर चांगलं होतं, जेव्हा तू हस्ताक्षर सुधारण्याचा प्रयत्न केला असशील? तो म्हणाला मला काही आठवत नाही. मग मैसलो म्हणाला, तू एक काम कर, जाणूनबुजून जितकं खराब हस्ताक्षर काढू शकत असशील, तेवढं काढ प्रयत्न करून. जितकं बिघडवू शकत असशील आपलं हस्ताक्षर तेवढं बिघडव. आणि तुम्ही हैराण व्हाल, जी त्याची अनेक वर्षांपासूनची चिंता होती ती गायब झाली. त्याने जेवढे प्रयत्न केले हस्ताक्षर बिघडवण्याचे, तितकंच त्याच्या लक्षात आलं की ते बिघडलं नाही तर सुंदर होत गेलं. प्रयत्नांनी आपण जे काही करतो ते बिघडून जातं. प्रयत्नांनी जर बिघडवू इच्छित असाल हस्ताक्षर, तर हे श्रमसुद्धा व्यर्थ होतील, सुधरेल तुमचं हस्ताक्षर. जर प्रयत्नांनी सुधरवायला गेलात हस्ताक्षर, तर ते श्रमसुद्धा व्यर्थ होतील, हस्ताक्षर बिघडून जाईल.

फ्रँकल याचा लॉ ऑफ रिवर्स इफेक्ट

याला जर्मन मनोवैज्ञानिक फ्रँकल याने लॉ ऑफ रिवर्स इफेक्ट म्हटलं आहे - म्हणजे विपरीततेचा नियम. जे काही आपण प्रयत्नपूर्वक करतो, त्याच्या विपरीत परिणाम होतो. एक माणूस सर्वांसोबत भला राहण्याचा प्रयत्न करतो आणि मग एक दिवस उर बडवून म्हणू लागतो की मी सर्वांसोबत भला होण्याचा प्रयत्न करतो आहे आणि सगळे लोक माझ्याप्रती वाईट झाले आहेत. लोक सतत हे म्हणत असताना आपण ऐकतो की आम्ही प्रामाणिकपणा करतो आणि लोक आमच्यासोबत वाईट करतात; मी त्या माणसाला इतकी मदत केली आणि वेळ आल्यावर त्या व्यक्तीने माझ्याकडे एकदम पाठ फिरवली.

हा तुमच्या प्रयत्नांचा परिणाम आहे; नियमानुसार होतंय. तुमच्यासोबत कोणी माणूस वाईट करत नाहीये. जेव्हा केव्हा कोणी भलं करण्याचा प्रयत्न करतो तेव्हा कुणासोबत तरी वाईट होऊन जातं. धडपडीतच वाईटपणा येतो. कुणावर दया करण्याचा प्रयत्न करा, तो माणूस तुम्हाला कधीच माफ करणार नाही. तो कधी न कधी बदला घेणार तुमच्या दयेचा कारण दया करण्याचा जो प्रयत्न आहे, त्यात दया म्हणजे क्रूरता, त्यात दया म्हणजे हिंसा झाली. तुम्ही कुणाचं काही चांगलं करण्याचा प्रयत्न करता तेव्हा तुम्ही हे दाखवत असता की तुम्ही चांगले आहात. ते दाखवणंच विषाचं बीज झालं.

म्हणून तथाकथित चांगल्या लोकांना कुणी कधी माफ करू शकत नाही. स्वतःच्या आईवडिलांना माफ करणं कठीण असतं, कारण आईवडील इतकं चांगलं करण्याचा प्रयत्न करतात की शत्रू वाटू लागतात.

आईचं चुंबन : उपद्रवाची सुरुवात

इंग्लंडचे एक विचारवंत आर. डी. लेंग यांनी आपलं पुस्तक या वाक्याने सुरु केलं आहे की आईचं आपल्या मुलाला दिलेलं पहिलं चुंबन हेच या जगात उपद्रवाची सुरुवात आहे. चुंबन! आईचं पहिलं चुंबनच या जगात उपद्रवाची सुरुवात आहे. मुलासोबत हिंसा सुरु झाली. लेंग यांनी लिहिलं आहे की मुलासोबत हिंसा सुरु झाली. हे काही प्रमाणात खरं आहे. पण तोपर्यंतच खरं आहे, जोपर्यंत हे चुंबन प्रयत्नांतून निघालं आहे. प्रयत्नांतून निघालं नसेल तर चुंबनाची आठवण देखील राहात नाही. पण माता नंतर खूप आठवणी काढतात. म्हणून असं वाटतं की या प्रयत्नांतून निघालेल्या गोष्टी आहेत. आई नंतर म्हणते की मी तुझ्यासाठी काय काय केलं. तुझ्या आजारात रात्र रात्र जागी राहिले आहे. कसे कसे कष्ट उपसले, माता सर्व हिशोब ठेवतात. असा हिशोब ठेवणं हे मातेसारखं नाहीच आहे, हे कुठल्यातरी संस्थेच्या सेक्रेटरीला शोभा देतं.

जर हे प्रयत्नांतून निघालं असेल तर याची आठवण बनते, हे जर स्वाभाविकपणे, सहज निघालं असेल तर याची आठवण बनत नाही. हे जर सहजपणे आलं असेल तर याचं फळ त्याचवेळी मिळालं, याच्या इतर कुठल्या फळाची आशा बांधून ठेवत नाही. हे जर प्रयत्नांतून बाहेर आलं असेल तर ही गुंतवणूक आहे. भविष्यात याचं फळ घेण्याची इच्छा होणार. मग वृद्ध आई आपल्या मुलाला म्हणणार मी तुझ्यासाठी काय केलं आई तू माझ्यासाठी काय करतो आहेस? याचा अर्थ हा आहे की आईने जे काही केलं होतं, त्याचा आनंद करण्यात नाही मिळू शकला. आनंद बाकी आहे. काम झालंय, फळ बाकी राहिलंय. पण जर आईचं चुंबन हा आनंद होता, तर तिला आनंद मिळाला आहे, आता त्याच्या बदल्यात काही इतर गोष्ट मिळवण्याचा प्रश्न कुठे येतो? आणि जर आठवणी आहेत तर त्या सांगतात की ते भांडवल भरलं होतं भविष्यासाठी, लाभाच्या आशेने. लाभ त्याक्षणी नाही मिळाला, भविष्यात मिळेल, त्याचा हिसाब ठेवावा लागेल. त्याची आठवण कायम राहते.

लाओत्से म्हणतो की जे काही आपण तणावात राहून करतो, ते आपल्या जीवनाला आतून कुरूप बनवत आणि अपंग बनवतं, आपण जखडून जातो, पंगु होऊन जातो. उभं राहून पाहा आणि उभं राहणं तुम्हाला कष्ट देऊन जाईल.

चालायचं असेल तर सैलसर पावलं टाकायला हवीत

लाओत्से म्हणतो, जो माणूस आपले पाय ताणतो तो नीट चालत नाही. जीवनात आपल्याला चारी बाजूंनी अशा घटना रोज अनुभवाला येत असतात. आपण सगळेच बोलतो, शंभर पैकी नव्याण्णव लोक चांगल्या प्रकारे बोलतात, बोलण्यात कुशल असतात, त्यांना इथे मंचावर आणून उभं केलं तर त्यांना बोलणं कठीण वाटू लागतं. काय झालं? काय झालं, त्यांच्या वाणीत तर काही खराबी नाही त्यांचा गळा ठीक आहे, सगळं ठीक आहे, रोज बोलतात. दिवसभर बोलतच असतात आणखी काय करतात? अचानक या माईकच्या समोर उभे राहिल्यावर त्यांचा कंठ का अडखळतो? हातपाय थरथरू का लागतात? हे बोलण्यात इतके कुशल! यांना गपचूप बसणं कठीण वाटतं, मौन कठीण वाटतं, अचानक हे मौनात कसे जातात? मंचावर उभं राहून यांची वाचा का फुटत नाही? आता हे चवड्यांवर उभं राहण्यासारखं झालं. आता बोलण्याचा प्रयत्न करावा लागेल. जे रोज दिवसभर बोलायचे, ते प्रयत्नांविना असायचं. त्यात कुठलाच प्रयत्न नव्हता, त्यात असा विचारच नव्हता की आपण बोलतोय. बोलणं होत होतं. आता विचार आहे की आपण बोलतोय आणि विचार का आहे, विचार यासाठी आहे की काहीतरी असं तर

आपण बोलून जाणार नाही ना ज्यामुळे लोकांसमोर आपली प्रतिष्ठा धुळीला मिळेल; काहीतरी असं बोललं पाहिजे की प्रतिष्ठा वाढेल. लोकांवर नजर आहे.

असं समजा की हे सगळे लोक म्हणजे काहीच नाही आहे, इथे माईकवर तुम्ही एकटे उभे आहात, मग तुम्ही मजेत बोलू शकता. मोठ्या आंनदाने बोलू शकता, स्वतःचाच आवाज ऐकणं ही खूप आनंदाची बाब असते. पण लोक बसलेले असतात तेव्हा अडचण वाटते. तुम्ही तणावाने भरून गेलात.

मानसशास्त्रज्ञ म्हणतात की तुम्हाला अनुभव आला असेल की गोळी गिळणं कठीण असतं. जेवण तुम्ही रोज गिळता. कधी विचार सुद्धा येत नाही की खाण्याचा कुठला घास तोंडात अडकलाय आणि तुम्हाला प्रयत्न करून गिळावा लागला असेल. पण औषधाची गोळी जिभेवर ठेवा, पाणी आत जातं, गोळी जिभेवर राहून जाते. या गोळीत काय खुबी आहे? तुम्ही जेवण गिळता, तेव्हा कसलाच प्रयत्न लागत नाही. गोळी गिळायची आहे. हा प्रयत्न आहे. हा प्रयत्नच अटकाव बनून जातो.

जीवनाच्या सर्व पातळ्यांवर विपरीतपणाचा नियम लागू होतो. जेवढा तुम्ही प्रयत्न कराल, तेवढेच तुम्ही विफल व्हाल. सफलतेचं एकच सूत्र आहे: प्रयत्न करू नका, याचा अर्थ असा नाही की काही करूच नये. त्याचा अर्थ आहे, की असं करावं जणू काही ते तुमच्यातून निघत आहे. त्यावर कसलं ओझं नको, त्यावर कसला भार नको, त्यावर कुठली जबरदस्ती नको, स्वतःला खेचावं लागत नसावं. नदीसारखं वाहायचं असेल, कळीसारखं उमलायचं असेल, पक्षी असाल, पक्ष्यासारखं गीत गाणं यायला हवं.

15.

तणावाचं कारण तुमच्या आत

प्रश्न : आत्यंतिक यांत्रिकीकरण आणि धावपळीने भरलेलं आधुनिक शहरी जीवन शारीरिक आणि मानसिक पातळ्यांवर सतत तणाव आणि थकवा निर्माण करतं, या प्रती तंत्राची काय दृष्टी आहे? अनावश्यक धावपळीपासून स्वत:ला वाचवणं चांगलं नाही का?

उत्तर : जीवन नेहमीच असंच राहिलं आहे - मग ते आधुनिक असो वा आदिम. त्यात तणाव आहेत, चिंता आहेत. विषय बदलतात, पण माणूस तिथला तिथेच राहतो. दोन हजार वर्षं आधी तुम्ही बैलगाडी चालवायचात, आता तुम्ही कार चालवताय, पण चालक तोच आहे, बैलगाडी बदलली, गोष्टी त्याच आहेत; तुम्ही कार चालवत आहात. पण चालक बदललेला नाही, तो तोच आहे. तो आपल्या बैलगाडीसाठी चिंतित होता, तणावग्रस्त होता. आता तुम्ही तुमच्या कारसाठी चिंतित आहात, तणावग्रस्त आहात. विषय बदलतात, पण मन तेच राहातं.

म्हणून असा विचार करू नका की आधुनिक जीवनामुळे तुम्ही इतके चिंताग्रस्त आहात. त्या चिंतेचं कारण तुम्ही आहात, आधुनिक जीवन नाही. आणि तुम्ही कुठेही, कोणत्याही संस्कृतीत चिंतित राहणार. काही दिवसांसाठी; दोन-तीन दिवस तुम्ही गावी जा. काहीवेळ तुम्हाला तिथे बरं वाटेल, कारण रोगांना सुद्धा अंगवळणी पडावं लागतं, तीन दिवसांच्या आत गाव तुमच्या अंगवळणी पडेल, आणि मग चिंता पुन्हा डोकं वर काढू लागतील, उपद्रव पुन्हा उभे राहू लागतील. आता कारणं तर ती राहिली नाहीत, पण तुम्ही तेच आहात.

कधी-कधी असं होतं की तुम्ही शहरातल्या रहदारीमुळे, गोंगाटामुळे हैराण होऊन जाता आणि म्हणता की इतकी गर्दी आणि गोंगाटामुळे मला झोप येत नाही. गावी निघून

जा आणि तिथेसुद्धा झोप येणार नाही, कारण तिथे गर्दी नसते. तुम्हाला शहरात पुन्हा परतावं लागेल कारण गाव मुर्दासारखं वाटतं, तिथे जीवन नाही.

लोक मला सहसा आपले असे अनुभव सांगतात. मी एका मित्राला काश्मीर पहलगाव इथे जायला सांगितलं. त्याने परतून मला सांगितलं की तिथे आयुष्य खूप नीरस आहे. तुम्ही तिथे एक-दोन दिवस डोंगर आणि दऱ्यांचा आनंद घ्याल आणि मग कंटाळून जाल. तो माणूस मला सांगायचा की शहरातल्या जीवनाने मला भोवळ येते, आणि तोच आता म्हणतो की ते डोंगर कंटाळा आणू लागले आणि मी घरी परतण्यासाठी आतुर झालो.

समस्या तुम्ही आहात, काश्मीर तुमची काही मदत करू शकणार नाही. मुंबई, लंडन किंवा न्यूयॉर्क तुम्हाला बेचैन करतात, बेचैनीचं कारण तुम्ही आहात. लंडनने तुम्हाला बनवलं नाही, तुम्ही लंडनला बनवलं आहे. ही रहदारी, हा गोंगाट, ही वेडी धावपळ हे सर्व तुम्ही निर्माण केलं आहे, तुमच्या सारख्या लोकांच्या या कृती आहेत. कारण तुमच्या आत आहे. असं नाहीये की तुम्ही गोंगाटामुळे तणावग्रस्त आहात, तुमच्या तणावग्रस्त असण्यामुळे गोंगाट आहे, तुम्ही त्याच्याशिवाय राहू शकत नाही. तुम्हाला त्याची गरज आहे, त्याच्याशिवाय तुम्ही जगू शकत नाही.

गावात लोक वेगळयाच प्रकारे दुःखी आहेत, ते मुंबई, न्यूयॉर्क किंवा लंडनला पळून जाण्यास आतुर आहेत. जशी त्यांना संधी मिळते, ते पळून जातात आणि मी त्या लोकांचं देखील ऐकत आलोय, जे गावच्या सुंदर जीवनाची चर्चा करत असतात. ते कधी तिथे जाऊन राहायला राजी नाहीत पण ते गावाच्या गोष्टी खूप करत राहतात. तुम्हाला कुणी थांबवलंय? जात का नाही? जंगलात निघून जा, कोण थांबवतंय?

तुम्हाला ते आवडणार नाही, तुम्हाला ते आवडूच शकत नाही. सुरुवातीचे काही दिवस तुम्हाला ते चांगलं वाटेल - बदलामुळे. आणि मग? मग तुम्हाला कंटाळा येणार. तिथे सगळं तुम्हाला फिकं फिकं वाटू लागेल, तुम्हाला तिथून पळून यायची इच्छा होईल.

शहरी जीवन तुमच्यासाठी विक्षिप्त मनाने निर्माण केलंय. तुम्ही या शहरांमुळे वेडे होत नाही आहात, तुमच्या वेडेपणामुळे ही शहरं बनली आहेत. ती तुमच्यासाठी बनली आहेत. तुम्ही ती बनवली आहेत आणि ती तुमच्यासाठी आहेत. ही शहरं आपला निरोप घेणार नाहीत. ती राहतील, ती तुमची उत्पत्ती आहे.

एक गोष्ट लक्षात ठेवा : जेव्हा केव्हा तुम्हाला वाटेल की कुठलीतरी गोष्ट चुकीची आहे, तेव्हा आधी त्याचं कारण स्वतःत शोधा, आणखी कुठे जाऊ नका. शंभरापैकी नव्याण्णव वेळा तुम्हाला स्वतःतच कारण सापडेल. आणि जेव्हा शंभरपैकी नव्याण्णव कारणं तुमच्या आत असतील तर शंभरावं कारण आपोआपच निरोप घेईल. तुम्हाला जे

काही होतं, त्याचं कारण तुम्ही स्वतः आहात. तुम्ही कारण आहात; जग म्हणजे फक्त एक आरसा आहे.

पण दुसऱ्या कशात कारण शोधल्याने तुमचं सांत्वन होतं, तेव्हा तुम्हाला अपराधी वाटत नाही, तेव्हा तुम्हाला आत्मनिंदेचा अनुभव येत नाही. तुम्ही नेहमी हे म्हणू शकता की हे आहे कारण आणि जोपर्यंत कारण बदलत नाही तोपर्यंत मी कसा काय बदलू शकतो. तुम्ही कारणाच्या आड स्वतःला लपवाल. ही चालबाजी आहे. म्हणून तुमचं मन कारणाचा शोध दुसऱ्या कशात तरी घेत राहतं. पत्नीमुळे पती हैराण आहे, आई मुलांमुळे हैराण आहे, मुलं वडिलांमुळे हैराण आहेत. प्रत्येक व्यक्ती कुठल्यातरी दुसऱ्या व्यक्तीमुळे हैराण आहे आणि प्रत्येक व्यक्ती नेहमी हाच विचार करते की त्याचं कारण बाह्य आहे.

मुल्ला नसरूदीन एका रस्त्यावरून जात होता, संध्याकाळची वेळ होती आणि काळोख होत होता. अचानक त्याला जाणवलं की रस्ता खूप सुनसान आहे. आजूबाजूला कोणीच नाहीये आणि तो घाबरला. तेव्हाच त्याला समोरून लोकांची एक झुंड येताना दिसली. त्याने चोर आणि डाकू यांच्याबद्दल वाचलं होतं. बस, त्याला भय वाटू लागलं आणि तो भयाने थरथरू लागला. त्याने असा विचार केला की हे डाकू आणि खुनी लोक येतायत आणि ते त्याला ठार मारणार. मग त्यांच्यापासून जीव कसा वाचवावा? त्याने सर्व बाजूंना पाहिलं.

जवळच एक दफनभूमी होती, मुल्ला त्याची भिंत ओलांडून आत गेला. तिथे त्याला एक नवीन नुकतीच खोदलेली कबर सापडली, जी कुणासाठी तरी त्याच दिवशी खोदली गेली होती. त्याने विचार केला की याच कबरीत मृत म्हणून पडून राहणं चांगलं राहील, त्यांना वाटेल की कुणीतरी मुर्दा आहे, मारण्याची गरज नाही. मुल्ला कबरीत झोपला.

ती गर्दी एका वरातीची होती, ती डाकूंची टोळी नव्हती. वरातीतल्या लोकांनी सुद्धा मुल्ल्याला थरथरताना आणि उडी मारताना पाहिलं होतं. ते लोक सुद्धा घाबरले आणि विचार करू लागले की काय मामला आहे आणि हा माणूस कोण आहे? त्यांना वाटलं की हा माणूस काहीतरी उपद्रव करू शकतो, आणि त्याच इराद्याने इथे लपला आहे. पूर्ण वरात तिथे थांबली आणि त्या वरातीचे लोक सुद्धा भिंत ओलांडून आत आले.

मुल्ला तर खूप घाबरला. वरातीतले लोक त्याच्या चारी बाजूंना गोळा झाले आणि त्यांनी विचारलं तू इथे काय करतोयस? या कबरीत का पडून आहेस? मुल्ला म्हणाला तुम्ही खूप कठीण प्रश्न विचारताय. मी तुमच्यामुळे इथे आहे आणि तुम्ही माझ्यामुळे इथे आहात.

हेच सर्वत्र होतंय. तुम्ही कुणा दुसऱ्यामुळे हैराण आहात, दुसरा तुमच्यामुळे हैराण आहे आणि तुम्ही स्वतः आपल्या चहूकडे काहीतरी निर्माण करता आणि आपल्या

सुरक्षेचा उपाय करता. तेव्हा दुःख आणि निराशा होते, द्वंद्व आणि विषाद उत्पन्न होतो, कलह होतो. ही सगळी गोष्टच एक मूर्खपणा आहे. हा क्रम तोपर्यंत चालू राहील जोपर्यंत तुमची दृष्टी बदलत नाही.

नेहमी आधी स्वतःच्या आत कारण शोधा. रहदारीचा गोंगाट तुम्हाला कसा काय हैराण करू शकतो? तुम्ही जर त्याच्या विरोधात असाल तर तो तुम्हाला हैराण करेल. जर तुमची धारणा असेल की त्याने तुम्ही हैराण होणार, तर मग तुम्ही हैराण होणार. पण तुम्ही जर त्याला स्वीकारलंत, जर तुम्ही त्यावर कुठलीही प्रतिक्रिया न देता त्याला होऊ दिलंत, तर तुम्ही त्याचा आनंदही घेऊ शकता. त्याचा स्वतःचा एक राग आहे, स्वतःचं एक संगीत आहे. ते तुम्ही ऐकलं नाहीये. याचा अर्थ असा नाही की त्याचं स्वतःचं एक संगीत नाहीये. कधीतरी स्वतःला विसरून जा आणि रहदारीचा गोंगाट ऐका. फक्त ऐका, आपल्या धारणा मध्ये आणू नका की हा हैराण करतो, हा चांगला नाही. आपल्या आवडीनिवडीला मध्ये आणू नका, फक्त ऐका. सुरुवातीला अराजक जाणवेल. ते सुद्धा मनामुळे. तुम्ही जर पूर्णपणे विश्रामात गेलात तर मग थोड्या वेळाने का होईना सर्वकाही लयबद्ध होऊन जाईल आणि रस्त्यावरचा गोंगाट देखील संगीत बनून जाईल. तेव्हा तुम्ही त्याचा आनंद घेऊ शकता, तुम्ही त्याच्या तालावर नाचूही शकता.

म्हणून हे तुमच्यावर अवलंबून आहे. काहीच आपल्याला हैराण करत नाही, जर तुम्ही असा विचार केला नाहीत की ती गोष्ट हैराण करते. जर तुम्ही विचार करत असाल की रस्त्यावरचा हा गोंगाट हैराण करतो तर तो तुम्हाला नक्कीच हैराण करेल कारण तुम्ही हैराण व्हायला तयारच बसलेले आहात. जर तुम्ही विचार केलात की कौटुंबिक जीवन म्हणजे बंधन आहे. तर ते तुमच्यासाठी बंधन होऊन जाईल, त्यासाठी तुम्ही राजी आहात. तुम्ही जर विचार केलात की गरिबी तुम्हाला मुक्त होण्यासाठी साहाय्यभूत ठरेल तर ती साहाय्यभूत ठरेल. अखेर तुम्ही स्वतःच आपल्या चारी बाजूंचं जग निर्माण करत असता. तुम्ही जो काही विचार करता ते तुमचं पर्यावरण बनून जातं आणि तुम्ही त्यातच जगता.

तंत्र सांगतं, हे कारण सदा स्मरणात ठेवा, कारण सदैव तुमच्या आत आहे. तुम्ही जर हे जाणून घेतलंत तर तुम्ही कारण बनणार नाही. मग तुम्ही स्वतःसाठी कुठलं नवीन बंधन तयार करणार नाही. याशिवाय, जो माणूस कारण तयार करणं बंद करतो, तो मुक्त होऊन जातो. तेव्हा तो ना दुःखात असतो ना आनंदात असतो. आनंद हे तुमचं सृजन आहे आणि दुःख हे सुद्धा तुमचंच सृजन आहे. तुम्ही आपल्या दुःखाला आनंदात बदलू शकता, कारण ते तुमचं सृजन आहे.

16.

तणावापासून विश्रामाच्या दिशेने

तणाव तुम्हाला समजू शकतो, पण तुम्ही विश्राम समजू शकत नाही. म्हणून तणावाच्या सर्व पैलूंकडे पाहा : तो काय आहे, कसा आहे, कुठून येतो, कसा तयार होतो, त्याची साधनं काय आहेत? तणावाला समग्रपणे समजून घ्या आणि ज्या क्षणी तो तुम्हाला समजतो, तो रिकामा क्षण निर्माण होतो, ज्यात कुठलाच तणाव असत नाही. मग केवळ शरीरालाच नाही, तर संपूर्ण प्राणाला विश्राम लाभतो.

हठयोगात एक प्रक्रिया आहे, ज्यात शरीरातील प्रत्येक मांसपेशी ताणली जाते आणि नंतर सर्व तणाव सैल सोडून त्यांना विराम दिला जातो. सक्रिय ध्यानात याच प्रकारची घटना घडते का?

विश्राम, मूलतः अस्तित्वगत आहे. जीवनाच्या प्रती तुमची अभिव्यक्ती जर तणावपूर्ण असेल तर तुम्ही विश्रामपूर्ण होऊ शकत नाही. प्रयत्न करून सुद्धा तुम्ही विश्रामात राहू शकत नाही. वास्तविकतः, विश्रामाचा प्रयत्न करणं व्यर्थ आहे. ते विश्रामाच्या विपरीत आहे. तुम्ही विश्रामात असू शकता, स्वतःला विश्रामपूर्ण बनवू शकत नाही.

तुमची उपस्थिती हीच विश्रामाच्या विरुद्ध आहे. विश्रामाचा अर्थ आहे, तुमचं नसणं. आणि तुम्ही कुठलाच प्रयत्न करून 'अनुपस्थिती'त जाऊ शकत नाही. तुमचा प्रत्येक प्रयत्न तुमची उपस्थिती आणखी बळकट करेल. तुम्ही जे काही कराल, ते तुमचं कृत्य असेल, त्याने तुम्हीच बलवान व्हाल. त्या कृत्याने तुम्ही अधिक शक्तिशाली व्हाल, सुघटित व्हाल.

या अर्थाने, तुम्ही विश्रामपूर्ण 'बनू' शकत नाही. विश्राम तुम्हाला तेव्हाच मिळतो, जेव्हा तुम्ही नसता. तुमचं करणं हेच अहंकाराचा भाग होऊन जाईल. तुमचा केवळ प्रयत्न हे तुमचं सातत्य होऊन जाईल.

तुम्ही त्या क्षणी विश्रामात असता. तुमचं असणं हाच एक तणाव आहे. तुम्ही तणावाशिवाय असूच शकत नाही कारण तुम्ही स्वतःच तणाव आहात.

जी गोष्ट नाहीच आहे त्याची आकांक्षा जेव्हा तुम्ही करता, तेव्हा तणाव सुरू होतो. ती भूतकाळ आणि भविष्याची ओढाताण आहे, तुम्ही दोन्हींमधील पूल आहात आणि जेव्हा दोन गोष्टी संबंधित असतील तेव्हा तणाव तर असणारच. मनुष्य म्हणजे एक पूल आहे; इच्छांचा पूल इंद्रधनुष्याचा बनलेला आहे, त्याची वाफ होऊन तो उडून जाऊ शकतो.

जेव्हा मी म्हणतो, विश्राम अस्तित्वगत आहे तेव्हा माझ्या म्हणण्याचा अर्थ हा असतो की तणावाला समजून घ्या, त्याच्यासोबत काही करू नका, फक्त समजून घ्या. तणाव तुम्हाला समजू शकतो. पण तुम्ही विश्राम करू शकत नाही. म्हणून तणावाच्या सर्व पैलूंकडे पाहा, तो काय आहे, कसा आहे, कुठून येतो, कसा कायम राहतो, त्याची साधनं काय आहेत? तणावाला समग्रतेने समजून घ्या आणि ज्या क्षणी तो तुम्हाला समजतो, तेव्हा एक रिकामा क्षण निर्माण होतो, ज्यात कुठलाच तणाव असत नाही. मग केवळ शरीर नाही तर पूर्ण प्राण विश्रांत होऊन जातात.

शरीराला तणावरहित ठेवण्याचा प्रयत्न करणं

शरीराला तणावरहित करणं जास्त कठीण नाहीये. पण संस्कृतीच्या विकासासोबत ते खूप कठीण होत गेलं आहे. शरीरासोबत आपला संबंध असतो. आपण शरीरात जगत नाही. आपलं जगणं बौद्धिक, मानसिक झालं आहे. ते तुटून गेलं आहे.

तुम्ही तर प्रेम सुद्धा करता तेव्हा शरीराने नाही करत, मनाने करता. शरीर एखाद्या मृत ओझ्याप्रमाणे तुमचे आदेश मानतं. जेव्हा तुम्ही कुणाला स्पर्श करता तेव्हा त्याच्या शरीराला स्पर्श करत नाही, तिथे ती संवेदनशीलताच नाही. मन विचारतं, मनं स्पर्श करू शकत नाहीत, म्हणून शरीरं स्पर्श करतात. तरीसुद्धा त्यांच्यात काही संवाद होत नाही. शरीर मुर्दा आहे. तुम्ही मिठी मारू शकता पण ती दोन मुर्दा शरीरांची मिठी असते. ती शरीरं केवळ जवळ येतात, पण ती खरोखरच एकमेकांच्या जवळची नसतात. निकटता तेव्हाच घडून येऊ शकते, जेव्हा तुम्ही शरीराने जगता. आपण आपल्या शरीराच्या बाहेर जगतो.

भुताप्रेतासारखे शरीराच्या आजूबाजूला फिरत राहतो पण शरीराच्या आत जगत नाही. मनुष्य जितका सभ्य झाला आहे, तितका त्याचा शरीराशी संबंध तुटून गेला आहे. तो संबंध तुटल्याने शरीरात इतका तणाव असतो.

शरीराजवळ, विश्रामात असण्याचे स्वतःचे उपाय आहेत. शरीर थकून गेलंय, पलंगावर पडलंय. पण तुम्ही त्यात उपस्थित नाही आहात, त्यामुळे शरीर विश्रामपूर्ण होऊ

शकत नाही. तुमची उपस्थिती आवश्यक आहे, नाहीतर शरीराचं स्वचालित संयंत्र काम करू शकत नाही.

तुमच्याशिवाय शरीर झोपू शकत नाही. झोप उडाली आहे, विश्राम हरवला आहे, कारण शरीरासोबतचा संबंध तुटून गेलाय.

तुम्ही शरीरात असत नाही त्यामुळे शरीर नीट काम सुद्धा करू शकत नाही. शरीराकडे स्वतःची प्रज्ञा नाहीये. त्याची एक जैविक जन्मजात जाण आहे, जी युगानुयुगं जुनी आहे. पण तुम्ही उपस्थित नसल्याने तणाव कायम राहतो. नाहीतर भौतिक शरीर मूलतः स्वयंचलित आहे. तुमची फक्त उपस्थिती हवी आणि ते काम करू लागतं.

आपल्या डोक्यात सुद्धा ताणतणाव भरून राहिलेले असतात. अशी काही गरज नसते. डोकं तणावात आहे कारण तुम्ही प्रत्येक क्षणी काहीतरी गोंधळ निर्माण करत आहात. जसं की जो सेक्सबद्दल विचार करतोय तो गडबड करतोय कारण सेक्स ही अशी गोष्ट नाहीये ज्याच्याविषयी विचार केला जावा. मस्तिष्काचं केंद्र त्यासाठी बनलेलंच नाहीये, सेक्सचं स्वतःचं केंद्र आहे. पण तुम्ही सेक्सच्या केंद्राचं काम मस्तिष्कद्वारे करताय. तुम्ही जेव्हा प्रेमात सुद्धा असता तेव्हा त्याच्याकडे एक विषय म्हणून पाहता. तुम्हाला ते प्रेम 'वाटत' नसतं. तुमचं भाव केंद्र तर निष्क्रिय पडलंय.

मनुष्य जितका सभ्य असेल, तितकं त्याचं बौद्धिक केंद्र अवजड होत जातं. इतर केंद्रं कामच करत नाहीत. यामुळे सुद्धा तणाव निर्माण होतो कारण जे केंद्र सक्रिय व्हायला पाहिजे आणि ज्याच्या आत एक खास प्रकारची ऊर्जा आहे, त्या केंद्राला काही कामच नाही. यामुळे आपल्या आत तणाव निर्माण होतात. आपल्याच एकत्रित ऊर्जेने हे होतं.

मस्तिष्काच्या केंद्रावर लादलेलं ओझं

मस्तिष्काच्या केंद्रावर खूप ओझं लादलं गेलंय. त्याच्यावर भावनांचा अनुभव घेण्याची जबाबदारी टाकली गेलीय, जे त्याचं काम नाहीये; मस्तिष्क विचार करू शकतं, भावनांमध्ये उतरू शकत नाही. विचार करण्याची तत्त्वं भावनांच्या तत्त्वांपासून अगदी वेगळी आहेत. आणि केवळ वेगळी आहेत असंच नाही तर पूर्णतः मस्तिष्काच्या युक्तिवादासारखी नाहीत. त्याच्या विपरीत आहेत.

हृदयाचा तर्क प्रेमाबद्दल विचार करण्याची आपली एक पद्धत आहे, पण ती पद्धत बौद्धिक नाहीये. त्यामुळे मस्तिष्काला ती कामं करावी लागतात, जी करण्यासाठी ते बनलेलं नाही, आणि त्यामुळे तणाव निर्माण होतो. अवस्था काहीशी अशी आहे : वडील मुलाचं काम करताहेत आणि मुलगा वडिलांचं काम करतोय. बौद्धिक पातळीवर जगण्याने

अशा तऱ्हेची गडबड निर्माण होते. जर प्रत्येक केंद्राने स्वतःचं काम केलं तर काहीच तणाव असणार नाही.

मस्तिष्क एकमेव केंद्र नाहीये. आपण असंच जगतो, जणू काही मस्तिष्क केंद्र हेच सर्वकाही आहे. आपण सगळी शांती, सगळा विश्रांतीपूर्ण दृष्टिकोन, मनुष्याचा निसर्गासोबतचा सगळा ताळमेळच नष्ट केला. मस्तिष्काचं एक विशिष्ट काम आहे, पण ते खूपच सीमित आहे. त्याच्यावर आपण किती ओझं लादलंय. आपलं संपूर्ण शिक्षण एकाच केंद्रावर काम करतं. तुम्हाला अशा प्रकारे शिक्षित केलं जातं जणू काही तुमच्याकडे फक्त गणित आणि तर्कवादाचं केंद्र आहे. जीवन म्हणजे फक्त तर्कवाद नाही. सत्य तर हे आहे की जीवनाचा मोठा भाग हा तर अतार्किक आहे. अतार्किकतेच्या विराट, काळोख्या, रहस्यमय समुद्रात तर्कवाद म्हणजे एक छोटंसं प्रकाशित बेट आहे आणि या बेटाची मुळं रहस्याच्या समुद्रात आहेत. प्रकाशित भाग म्हणजे एक छोटासा अंश आहे. तो पूर्ण नाहीये आणि त्याला पूर्ण मानलं देखील नाही गेलं पाहिजे, नाहीतर याचा परिणाम असेल तणाव. रहस्य स्वतःचा बदला घेईल, आणि अतर्क स्वतःचा बदला घेईल. तुम्ही पाश्चिमात्य देशांत याचे परिणाम पाहू शकता. पाश्चिमात्य देशांनी एका केंद्रावर, तार्किक केंद्रावर खूप ओझं लादलंय आणि आता अतार्किक आपला बदला घेतंय. ते सगळया व्यवस्थेला अस्ताव्यस्त करतंय. जागोजागी अराजक, बेशिस्त, विद्रोह. अतार्किक बदला घेतंय.

बौद्धिकता हेच सर्वकाही नाही

जेव्हा त्याला तसं बनवलं जातं, तेव्हा पूर्ण संस्कृती तणावपूर्ण होऊन जाते कारण तुम्ही त्या बौद्धिकतेवर जास्त ओझं लादलंय. पण तुमचं आत्मिक केंद्र कधी तणावग्रस्त होत नाही. मी तुमचे तीन हिस्से करतो; शरीर, मन आणि आत्मा - सुविधेसाठी. तुम्ही विभागलेले नाही आहात. या सीमा वास्तविकतेत नाहीयेत. पण गोष्टी समजून घेण्यासाठी या सीमा कामाला येतील.

आध्यात्मिक पातळीवर कधीच तणाव नसतो पण त्याच्याशी तुमचा काही संबंध नाही. ज्या व्यक्तीशी संबंध नाही त्याच्या आत्म्याशी कधी संबंध जुळू शकत नाही कारण ती आणखी खोल पातळी आहे. तुम्ही जर तुमच्या बाह्य सीमांच्या सोबतच जोडलेले नाही आहात तर मग आंतरिक सीमांशी तर तुम्ही जोडले जाऊच शकत नाही.

आध्यात्मिक पातळी विश्रामातच असते

या क्षणी सुद्धा ती विश्रामात आहे. वस्तुतः हे म्हणणं जास्त उचित ठरेल की आध्यात्मिक पातळी ही विश्रामाची पातळी आहे. तिथे कुठलाच तणाव नाहीये कारण

तणावाच्या कारणाने त्या पातळीवर तुम्ही उपस्थित नसता. तिसऱ्या पातळीशिवाय तुम्ही जगू शकत नाही. तुम्ही ती विसरू शकता पण त्याच्याशिवाय तुम्ही जगू शकत नाही कारण तुम्ही तेच आहात. ती तुमची सत्ता आहे तिच्या शुध्दतम रूपात.

तुम्हाला आध्यात्मिक पातळीचं भान नाहीये, कारण तुमच्या शरीरात इतका तणाव आहे, मनावर इतका प्रभाव आहे, तुम्हाला जर शारीरिक आणि मानसिक पातळीवर तणाव नसेल तर तुम्ही स्वतः आध्यात्मिक आनंदाला उपलब्ध व्हाल. तो तुमच्याकडे येतो, तो तुमची वाट बघत असतो.

तुमचं सगळं ध्यान शारीरिक आणि मानसिक पातळीवर लागलेलं असतं, त्यामुळे आत्म्याकडे तुम्ही वळतच नाही. शरीर आणि मनात तणाव नसेल तरच तुम्ही आध्यात्मिक पातळीत उडी घेऊ शकता, त्याचा आनंद जाणून घेऊ शकता.

आध्यात्मिक तणाव अशी काही गोष्ट नसते. शारीरिक तणाव त्या लोकांनी निर्माण केला आहे, जे धर्माच्या नावावर शरीर-विरोधी दृष्टिकोन शिकवतात. पश्चिमेला ख्रिश्चन धर्म आग्रहाने शरीराशी शत्रुत्व शिकवत आला आहे. तुमच्या आणि शरीराच्या मध्ये एक खोटी दरी, एक विभाजन हा धर्म निर्माण करतो. मग तुमचा पूर्ण दृष्टिकोनच तणाव निर्माण करणारा होऊन जातो. तुम्ही तणावाशिवाय राहू शकत नाही.

प्रत्येक शारीरिक कृत्य तणाव बनून जातं. शरीर म्हणजे शत्रू झाला. पण तुम्ही शरीराशिवाय 'असू' शकत नाही. तुम्हाला शरीरासोबतच राहायचं आहे, शत्रूसोबत जगायचंच आहे; तर मग सतत तणाव कायम राहतो.

शरीर म्हणजे तुमचा शत्रू नव्हे

शरीर कोणत्याही प्रकारे तुमच्यासाठी हानिकारक नाही. तटस्थ आहे. शरीराला एक देणगी मानत असाल - परमात्म्याची देणगी - तर तुम्ही शरीरात परत याल. तुम्ही शरीरावर प्रेम कराल, त्याची जाणीव करून घ्याल आणि त्याची जाणीव करून घेण्याच्या पद्धती खूप सूक्ष्म आहेत.

तुम्ही स्वतःच्या शरीराची जाणीव करून घेतली नसेल, तर तुम्ही दुसऱ्याच्या शरीराची जाणीव करून घेऊ शकत नाही. तुम्ही स्वतःच्या शरीरावर प्रेम केलं नसेल तर दुसऱ्याच्या शरीरावर प्रेम करू शकत नाही. ते अशक्य आहे.

तुम्ही स्वतःच्या शरीराची काळजी केली नसेल तर दुसऱ्याची काळजी करू शकत नाही. आणि कुणीच करत नाही काळजी. तुम्ही म्हणाल काही इतर कारणांनी तुम्ही काळजी करता - दुसऱ्यांच्या मतांसाठी, दुसऱ्यांच्या नजरेला तुम्ही चांगलं दिसावं म्हणून. तुम्ही स्वतःला चांगलं दिसा. तुम्ही स्वतःसाठी शरीराची काळजी करत नाही.

तुम्ही स्वतःच्या शरीरावर प्रेम करत नाही आणि जर तुम्ही शरीरावर प्रेम करत नाही तर तुम्ही त्यात जगू शकत नाही.

स्वतःच्या शरीरावर प्रेम करा, तुम्हाला इतकी चैन लाभेल, जी तुम्ही आधी कधीच अनुभवली नव्हती. प्रेम विश्रामात घेऊन जातं. तुम्ही जर कुणावर प्रेम करत असाल तर दोन प्रेमिकांच्या मध्ये विश्रामाचं संगीत आपोआप निर्माण होतं. तुम्हाला जर कुणासोबत तणावाचा अनुभव येत असेल तर ते प्रेमाचं लक्षण नाहीये. तुम्हाला जर कुणाहीसोबत तणावाचा अनुभव येत असेल तर हे लक्षात घ्या की तिथे प्रेम नाहीये. दुसरी व्यक्ती शत्रू आहे. म्हणून सार्त्र म्हणतो : दुसरी व्यक्ती म्हणजे नरक आहे. सार्त्रसाठी तर नरक होणारच. पण दोघांमध्ये जर प्रेम प्रवाही नसेल तर दुसरी व्यक्ती स्वर्ग आहे की नरक, हे दोघांच्या मध्ये वाहत असलेल्या प्रेमावर अवलंबून असेल.

जेव्हा तुम्ही प्रेमात असता, तेव्हा एक मौन असतं. भाषा हरवते, शब्द निरर्थक बनून जातात. तुम्हाला खूप काही बोलायचं असतं आणि तुम्ही काहीच बोलू शकत नाही. शांततेत प्रेम फुलतं. तुम्ही विश्रांत होऊन जाता.

प्रेमाचं ना काही भविष्य आहे ना काही भूतकाळ

प्रेमात काही भविष्य नसतं, ना कुठला भूतकाळ असतो. जेव्हा प्रेम मरतं, तेव्हा सर्व भूतकाळ बनून जातं. तुम्ही फक्त मृत प्रेमाची आठवण काढू शकता, जिवंत प्रेमाची आठवण काढली जात नाही. ते तर जगतंय. त्याची आठवण काढण्यासाठी कुठलं मध्यांतर नाहीये. प्रेम वर्तमानात आहे, त्याचा ना भूतकाळ आहे, ना भविष्य.

तुम्ही जर कुणावर प्रेम करत असाल तर तुम्हाला दिखावा करण्याची गरज नाहीये. मग तुम्ही जे आहात, ते होऊ शकता. तुम्ही आपला मुखवटा उतरवून आरामात राहू शकता. जेव्हा तुम्ही प्रेमात नसता, तेव्हा तुम्हाला मुखवटा घालावा लागतो. प्रत्येक क्षणी तुम्ही तणावाने भरून गेलेले असता, कारण दुसरी व्यक्ती उपस्थित आहे, तुम्हाला दिखावा करायचा आहे, सावधान राहायचं आहे. तुम्हाला एकतर आक्रमक बनायचंय किंवा बचाव करायचा आहे. ही लढाई आहे, संघर्ष आहे. तुम्ही विश्रामात असू शकत नाही.

एकूणच, प्रेमाचा आनंद विश्रामाचा आनंद आहे. तुमचा तणाव हरवून जातो. तुम्ही ते होऊ शकता, जे आहात. एक प्रकारे नग्न होऊ शकता. तुम्हाला स्वतःची चिंता करायची गरज नसते, दिखावा करण्याची गरज नसते. तुम्ही खुले, हळुवार होऊ शकता. त्या खुले होण्यातच तुम्हाला विश्रामाचा अनुभव येतो.

जेव्हा तुम्ही तुमच्या शरीरावर प्रेम करता तेव्हा तेच घडतं. तुम्ही तणावरहित होऊन जाता, शरीराची काळजी घेता. त्यात काहीच चुकीचं नाहीये. आपल्या शरीरावर प्रेम करणं नार्शिसस सारखं नाहीये. खरं तर ती अध्यात्माची पहिली पायरी आहे.

म्हणून सक्रिय ध्यानाची सुरुवात शरीरापासून होते. वेगाने श्वास घेतल्याने मन जणू फैलावतं, चेतना फैलावते. पूर्ण शरीर एक थिरकतं, जिवंत अस्तित्व बनून जातं. आता उडी मारणं सोपं होईल. विचार बाधा बनणार नाहीत. तुम्ही लहान मूल झालात - उसळणारं, उड्या मारणारं. मानसिक बंधन आता राहिलं नाही.

तुमचं शरीर इतकं बंदी झालं नाहीये, जितकं तुमचं मन बंदी झालंय. तुमचं मन संस्कारांनी बांधलं गेलंय, पण शरीर अजूनही निसर्गाचा हिस्सा आहे. सगळे धर्म आणि धार्मिक विचारवंत जे मूलतः बौद्धिकच आहेत, ते शरीराच्या विरोधात आहेत कारण शरीरासोबत, इंद्रियांसोबत त्यांचे संस्कार हरवून जातात. त्यामुळे हे सगळे लोक सेक्सला इतके घाबरतात. सेक्ससोबत संस्कारी मन हरवून जातं. तुम्ही एका मोठ्या जैविक जगताचा हिस्सा बनून जाता.

नेहमी सेक्सच्या विरोधात असणारं मन

मन नेहमी सेक्सच्या विरोधात असतं कारण सामान्य जीवनात सेक्स एकमेव अशी गोष्ट आहे, जी मनाच्या विरोधात विद्रोह करते. तुम्ही प्रत्येक गोष्ट नियंत्रित केलीत, फक्त एक गोष्ट अनियंत्रित राहून जाते; त्यामुळे मन सेक्सच्या विरोधात असतं, कारण शरीर आणि तुमच्यात तो एकमेव पूल आहे. त्याला पूर्णपणे नाकारलंत तर तुम्ही पूर्णतः बौद्धिक व्हाल.

सेक्सची भीती, शरीराची भीती

सेक्सचं भय हे मूलतः शरीराचं भय आहे कारण सेक्ससोबत सगळं शरीर जिवंत, ऊर्जेने भरून नाचणारं, प्राणपूर्ण बनून जातं. जसं सेक्स तुम्हाला पकडीत घेतं, मन मागे सारलं जातं. श्वासाचं वर्चस्व निर्माण होतं. श्वास शक्तिशाली, सुदृढ बनून जातो.

म्हणून माझ्या ध्यानाची सुरुवात मी श्वासापासून करतो. श्वासासोबत, तुम्ही पूर्ण शरीराला घेऊन अनुभव घेता. शरीराचा कोपरान् कोपरा ऊर्जेने भरून जातो. आता तुम्ही उडी घेऊ शकता.

सेक्समध्ये जी उडी घेतली जाते ती खूप घवघवीत असते. ध्यानात जी उडी घेतली जाते ती खूप मोठी असते. सेक्समध्ये तुम्ही दुसऱ्या व्यक्तीमध्ये उडी घेता. उडी घेण्याच्या

आधी तुम्हाला शरीराशी एकजीव व्हावं लागतं आणि त्या उडीमध्ये तुम्हाला आणखी विस्तृत व्हावं लागतं. दुसऱ्याच्या शरीराच्या प्रती असलेली तुमची चेतना तुमच्या शरीराच्या पलीकडे जाऊन पसरते. ध्यानाने तुम्ही आपल्या शरीरातून ब्रह्माण्डाच्या शरीरात उडी घेता.

क्रिया करत राहा. सुरुवात तर तुम्हीच करणार, पण एक क्षण येईल, जेव्हा तुमचं नियंत्रण हरवून जाईल. ऊर्जा तुमच्यावर स्वार होईल. तुम्ही काठावर आलात. आता तुम्ही उडी घेऊ शकता. आता तुम्ही पुन्हा लहान मूल झालात. दुसरे काय विचार करतील, याची तुम्हाला काहीच पर्वा नाही. आता समाजाने तुमच्या आत जे काही घालून ठेवलंय, ते फिक्स झालं आहे. तुम्ही ब्रह्माण्डाचा एक थिरकता कण झालात.

सक्रिय ध्यानाच्या दुसऱ्या टप्प्यात जेव्हा तुम्ही सगळं फेकून द्याल तेव्हाच तिसरा टप्पा शक्य होईल. तुमची अस्मिता हरवून जाईल, तुमची प्रतिमा तुटून जाईल. तुम्हाला स्वतःबद्दल जे काही माहीत आहे, ते तुमच्याबद्दल नाहीये. ते केवळ एक लेबल आहे. तुम्हाला सांगितलं गेलंय की तुम्ही हे आहात, ते आहात आणि तुम्ही त्याच्यासोबत तादात्म्य पावलात. पण जोरदार क्रियांसोबत, वैश्विक कृत्याद्वारे सगळं तादात्म्य भंग पावतं. तुम्ही पहिल्यांदा तसे बनता, जसे जन्माच्या वेळी होतात. या नव्या जन्मासोबत तुम्ही नवीन व्यक्ती बनाल.

17.

तणावाने भरलेल्या युगात वरदान : सक्रिय ध्यान

ओशोंनी रचलेलं सक्रिय ध्यान अद्भुत, शक्तिशाली, अत्यंत परिणामकारक आणि पूर्णतः वैज्ञानिक आहे आणि सर्वात महत्वपूर्ण सुद्धा. याचा अंदाज या गोष्टीने लावू शकता की पुण्याच्या आश्रमात ही ध्यान प्रक्रिया 1974 पासून नियमित रूपात सकाळच्या वेळी 'बुद्ध हॉल' मध्ये केली जात आहे तसंच संपूर्ण विश्वात पसरलेल्या ओशो ध्यान केंद्रांमध्ये आणि ध्यान शिबिरांमध्ये ही प्रक्रिया अनिवार्य करण्याचं ओशोंचं ध्येय आहे. हा ध्यान प्रयोग आजच्या तणावासाठी आणि अशांत जिवांसाठी विशेषरूपाने लाभदायक आहेत. शरीरात आणि मनात दमन झालेल्या वासनेमुळे साचलेल्या तणावापासून हा प्रयोग मुक्त करतो. शरीर आणि मनाच्या ग्रंथींना विसर्जित करून सहजतेने ध्यानाच्या दिशेने मार्गस्थ करतो. हा ध्यानप्रयोग सकाळी शौचाला वगैरे जाऊन आल्यावर उपाशी पोटी करायचा आहे. याच्या अर्धा तास आधी एक कप चहा किंवा पाणी घेऊ शकता.

पूर्ण एक तासाच्या ध्यानात डोळे बंद ठेवायचे आहेत, डोळ्यांवर पट्टी बांधलेली चांगली. शरीरावर सैल वस्त्रं असावीत. लाल रंगाचा रोब किंवा झगा घालून ध्यान करण्यात सुलभता असते. शक्य झाल्यास ही वस्त्रं केवळ ध्यानकक्षात, ध्यानाच्या वेळीच घालावीत. आंघोळ वगैरे करून घेतली असेल तर उत्तमच, अन्यथा आंघोळीशिवायही करू शकता.

ध्यानाची पद्धत:

हा ध्यान प्रयोग डोळ्यांवर पट्टी बांधून, सैल वस्त्रं घालून करावा, शरीर विशेषतः खांदे, हात शिथिल अवस्थेत असावेत, कुठल्याच अवयवात तणाव आणू नये आणि हा प्रयोग उभ्या-उभ्या करायचा आहे.

या ध्यान प्रयोगात पाच टप्पे आहेत. पहिले तीन टप्पे दहा-दहा मिनिटांचे आणि चौथा आणि पाचवा टप्पा पंधरा-पंधरा मिनिटांचा.

हा ध्यान प्रयोग संकल्पाचा प्रयोग आहे. म्हणून ध्यानाच्या आधी "संकल्प करतो/करते, हा ध्यान प्रयोग संपूर्ण शक्तीनिशी करीन." असं तीन वेळा मनातल्या मनात म्हणा.

पहिला टप्पा: (दहा मिनिटं) शरीर शिथिल सोडून वेगाने, खोलवर आणि 'अराजक' श्वास सोडायचा आहे आणि घ्यायचा आहे. जोर श्वास सोडण्यावर राहील, यामुळे थकवा जाणवणार नाही.

दुसरा टप्पा: (दहा मिनिटं) रेचन करायचं आहे. जे काही दाबून ठेवलंय जसं की रडणं, हसणं, किंकाळणं - ओरडणं, उसळणं, उड्या मारणं जे काही असेल, म्हणजे शरीर आणि मनाला मोकळीक द्यायची आहे. यात दुसऱ्यांना बाधा आणू नये. हवेत मुठी आणि पाय मारावेत. म्हणजे भानात राहून वेडं होणं आहे.

तिसरा टप्पा: (दहा मिनिटं) दोन्ही हात वर उंचावून एकाच जागी उभं राहून चवड्यांवर उड्या मारून न थांबता महामंत्र 'हू' चा उच्चार करायचा आहे, नाभी केंद्रावर. दोन 'हू' च्या मध्ये मध्यांतर असू नये.

चौथा टप्पा: (पंधरा मिनिटं): आश्रमाद्वारे तयार केलेल्या संगीतासोबत ध्यान करत असाल तर 'स्टॉप' चा आवाज आल्यावर जिथे कुठे शरीराची जशी काही स्थिती असेल, तशीच शरीराची स्थिती राहू द्या, काहीही बदल करायचा नाही. लक्षात ठेवा की तुम्ही आधीच संकल्प केला आहे.

पाचवा टप्पा: (पंधरा मिनिटं) चौथ्या टप्प्याच्या समाप्तीनंतर संगीताच्या लयीसोबत नाचत, उत्सव साजरा करून, ज्या मौनाचा आणि शांतीचा अनुभव चौथ्या टप्प्यामध्ये झाला आहे, त्याच्या प्रती देवाचे आभार मानावेत.

तीव्र श्वासाच्या झटक्याचं रहस्य

श्वास हे मनुष्याच्या जीवनात सर्वाधिक महत्वपूर्ण तत्त्व आहे. श्वासाच्या माध्यमातूनच, त्या पुलानेच, आत्मा आणि शरीर एकमेकांना जोडलेले आहेत. म्हणून जोंपर्यंत श्वास चालतो, तोपर्यंत आपण म्हणू शकतो की माणूस जिवंत आहे. श्वास गेला आणि माणूस गेला. जर एखादी व्यक्ती कुठल्या कारणाने बेशुद्ध झाली, कोमात गेली आणि तिचा श्वास चालू असेल तर तिच्या परत येण्याची पूर्ण शक्यता असते. म्हणून म्हणतात, जोंपर्यंत श्वास तोपर्यंत आस. कुंडलिनीवर खोल श्वासाच्या झटक्याचा खूप परिणाम होतो. प्राणायामाचा शोध उगाच नव्हता लागला. खूप मोठ्या प्रयोगांनी आणि अनुभवांनी हे ज्ञात व्हायला

सुरुवात झाली की श्वासाच्या झटक्याने खूप काही केलं जाऊ शकतं. श्वासाचा झटका खूप काही करू शकतो आणि हा झटका जेवढ्या वेगात होईल तेवढी शीघ्र गती असेल. कुंडलिनी जी निद्रिस्त असते, त्याला सक्रिय करण्यासाठी, श्वासाला जागवण्यासाठी खोलवर झटक्याची गरज असते. सगळी ऊर्जा, शक्ती एकत्र आणून झटका देण्याची गरज असते.

आत्मा आणि शरीराच्या मिलनाचा जो बिंदू आहे, तीच कुंडलिनी आहे, त्याच बिंदूवर तीच शक्ती आहे, जिला 'कुंडलिनी' असं म्हणतात. सक्रिय ध्यानाचा पहिला टप्पा आहे की दहा मिनिटं वेगवान, खोलवर आणि अराजक श्वास सोडायचा आणि घ्यायचा आहे. दोन श्वासांच्या मध्ये मध्यांतर असू नये. ऊर्जेच्या जागरणाच्या प्रवासात हा एक महत्त्वपूर्ण टप्पा आहे. हा टप्पा योग्य प्रकारे केल्याने बराच परिणाम अनुभवाला येऊ शकतो.

दुसऱ्या टप्प्याचं महत्व

दहा मिनिटांनंतर संगीत बदलेल, दुसरा टप्पा हा दहा मिनिटांचा रेचनाचा टप्पा असेल. पहिल्या टप्प्यात जागृत झालेली कुंडलिनी रेचनात साहाय्यभूत होईल. सुरुवातीला इतकी ऊर्जा जागृत न झाल्यास आपण शरीर आणि मनाला रेचन करण्यात मदत करायला हवी. रेचन म्हणजे शरीर आणि मनाला जे काही करावंसं वाटेल, हसणं, ओरडणं, उड्या मारणं, राग करणं, शिव्या देणं, जे काही करावंसं वाटेल ते करून टाकायचं आहे. सुरुवातीला आपण काही ना काही करू, काही नसेल तरी नुसतं उभं राहू नये, हात पाय हलवत राहावे, दुसऱ्यांना त्रास देऊ नये. सगळं काही तुम्ही स्वतःच्या कल्पनेने करावं. जे काही आपण अचेतन मनात दाबून ठेवलं आहे, रडणं, हसणं, राग, शिव्या देण्याची इच्छा इत्यादी सगळं बाहेर ओकून टाकावं. पूर्णपणे भानावर राहून वेडे व्हा. आधी सुरुवातीला आपण थोडे कचरू, पूर्णपणे सगळं करू शकणार नाही, पण चिंता करू नका, समूहात केलंत तर सोपं पडतं. काही दिवस समूहासोबत केल्यांनतर एकटे सुद्धा हे ध्यान सोपेपणाने करू शकता. शरीर आणि मनाला संपूर्ण मोकळीक द्यायची आहे, थांबवायचं नाहीये, दहा मिनिटांपर्यंत.

दुसऱ्या टप्प्यामध्ये मनोग्रंथींचं विसर्जन

दुसऱ्या टप्प्यामध्ये मी शरीर सोडून द्यायला सांगतो. श्वास खोलच राहील. शरीर यासाठी सोडून द्यायला सांगतो की त्याचे तर खूप परिणाम आहेत. त्यापैकी दोन-तीन परिणाम तुम्हाला सांगतो.

पहिली गोष्ट तर ही आहे की तुम्ही शरीरात हजारो तणाव साचवून ठेवले आहेत, जे तुम्हाला माहीत देखील नाहीत. संस्कृतीने आपल्याला इतकं अ-सहज बनवून ठेवलंय की

जेव्हा तुम्हाला कुणाचा राग येतो, तेव्हा सुद्धा तुम्ही हसत राहता. शरीराला काही माहीत नाहीये, शरीर तर म्हणतं की याचा गळा दाबा, मुठी वळा. पण तुम्ही हसत राहता, मुठी वळत नाही. तर मग शरीराचे जे स्नायू मुठी वळण्यासाठी तयार झाले होते, ते खूप गोंधळून जातात, त्यांना कळतच नाही की काय चाललंय? एक खूपच बेचैन स्थिती शरीरात निर्माण होते. मुठी वळायला हव्या होत्या. आता जे लोक रागाला सखोल पातळीवर जाणतात, ते म्हणतील, मी तुम्हाला म्हणेन, तुम्हाला जर राग आला, तर खोटं खोटं हसत राहण्यापेक्षा, टेबलाच्या खाली जोरात पाच मिनिटं मुठी वळा आणि सोडा. यानंतर तुम्हाला जे हसू येईल ते खूप वेगळया प्रकारचं असेल.

शरीराला काहीच माहीत नाही की माणूस सभ्य झाला आहे. शरीराचं काम तर अगदी यंत्रवत आहे पण माणसाने सगळं रोखून ठेवलं. या रोखून ठेवण्यानेच शरीरात हजारो तणाव साचून राहिले आहेत आणि जेव्हा तणाव साचून राहतात तेव्हा गंड तयार होतात. 'ग्रंथी' निर्माण होतात. म्हणून जेव्हा मी तुम्हाला म्हणतो की शरीराला पूर्णपणे सोडून द्या, तेव्हा तुमचे हजारो गंड जे तुम्ही लहानपणापासून साचवून ठेवले आहेत, ते सगळे गंड विखरून जायला सुरुवात होते, वितळून जायला सुरुवात होते. त्यांचं वितळून जाणं आवश्यक आहे. अन्यथा कधीही 'बॉडीलेसनेस', किंवा देहातीत होऊ शकत नाही. शरीर जेव्हा फुलासारखं हलकं होईल, सर्व गंडांपासून मुक्त...

महावीर यांचं एक नाव तुम्ही कदाचित ऐकलं असेल. महावीरांचं एक नाव आहे, निर्ग्रंथ. नाव खूप अद्भुत आहे. त्याचा अर्थ आहे कॉम्पलेक्स - लेस. 'निर्ग्रंथ'चा अर्थ आहे ज्याचे सारे गंड आणि गाठी हरवून गेल्या आहेत, ज्याच्यात आता कोणतीच गाठ नाही आत; जो एकदम सरळ झाला, निर्दोष झाला.

आपल्या आत शरीराच्या गंडांचं जे जाळं आहे, ते मुक्त होऊ पाहत असेल तर तुम्ही त्याला सोडत नाही. तुमची सभ्यता, शिष्टपणा, संस्कार, संकोच, कुणाचं स्त्री असणं, कुणाचं पदावर असणं, कुणाचं काही असणं, अशा प्रकारे जखडलेले असतात की ते सोडत नाही.

आता आज एका महिलेने मला येऊन सांगितलं की तिला हीच भीती वाटत असते की कुणाचा हात तर तिला लागणार नाही ना. तर ती बिचारी आज लांब जाऊन बसली असेल. पण कोणी दोन-चारदा कुशीवर वळून तिच्याजवळ पोहोचला तर मग तिची फार गडबड उडाली. ती मला विचारायला आली होती की मी आणखी लांब जाऊन बसू का?

मी म्हटलं, कुणाला तरी पाठवणारा तिथे सुद्धा पाठवू शकतोच. हे चांगलंच आहे की कुणीतरी येतंच. तिथेसुद्धा येईल कुणीतरी. तू जिथे बसतेस, तिथेच बस. कुणाचा हात लागला तर काय होणार आहे?

स्त्रियांची हालत अशी आहे की जर परमात्मा सुद्धा भेटला तर त्या अशा काही अंग चोरून निघून जातील. परमात्म्याने सुद्धा स्पर्श करू नये. त्यांचं सारं शरीर, स्त्रियांचं तर पूर्ण शरीर गंड-ग्रस्त आहे. लहानपणापासून तिचं सगळं प्रशिक्षणच असं आहे की शरीर म्हणजे त्यांचा एक रोग आहे. स्त्रिया शरीराचं ओझं वाहतायत, शरीरात जगत नाही आहेत. ते एक कवच आहे, जे पूर्णवेळ सुरक्षित करून आणखी ओझं वाहत आहेत त्याचं. आणि त्यात वाचवण्यासारखं काही नाहीये. तर मग हा छोटा-छोटा आग्रह आपला बरंच काही रोखून ठेवतो...

आता कोणी खूप सुशिक्षित असेल तर त्यांना असं वाटतं... एक कुणी सज्जन आज मला सांगत होते हे इमोशनल लोकांनाच होत असेल, भावुक लोकांना हे खूप इंटलेक्चुअल झालं. त्याची आई मेली तर तो रडेल की नाही? त्याचं कुणावर प्रेम असे की नसेल? तो इंटलेक्चुअल झाला! तो चार इयत्ता शिकला, त्याने युनिव्हर्सिटी मधून सर्टिफिकेट घेतलं आहे. तो आता प्रेम करेल तर असा विचार करून की चुंबन घ्यायचं की नाही, किती किटाणू ट्रान्स्फर होतात. तो पुस्तक वाचेल, तो जाऊन हिशोब लावत बसेल की इमोशन असावं की असू नये.

इंटलेक्ट सुद्धा आजारासारखं होऊन गेलंय. इंटलेक्ट काही आपला दिशादर्शक वारा बनलेलं नाही. बुद्धी ही आपली प्रतिष्ठा नसून रोग बनली आहे. कुणी असा विचार करतो, आम्ही इंटलेक्चुअल आहोत, आम्ही बुद्धिवादी आहोत; हे आम्हाला नाही होऊ शकत. हे तर त्यांना होतंय, जे थोडे भावुक आहेत.

18.

दुःखाच्या प्रती सजगता दाखवा

आपण दुःखी आहोत, हे तर ठरलेलं आहे. आपण समजतो की आपल्या दुःखाचं कारण दुसरा कुणीतरी आहे. जसं की सासू सुनेमुळे दुःखी आहे, सून सासूमुळे. मुलगी आईमुळे दुःखी आहे, आणि वडील मुलग्यांमुळे. म्हणजे प्रत्येकजण असा विचार करतो की माझ्या दुःखाचं कारण कुणीतरी दुसरं आहे. कधी दुःखामुळे स्वतःकडे बोट दाखवत नाहीत. जर स्वतःच्या आत झाकून पाहिलं तर कळेल की मी दुःखी इतर कुणामुळे नाही तर स्वतः स्वतःच्या कारणांनी दुःखी आहे. आपण दुसऱ्याकडून खूप अपेक्षा ठेवल्या होत्या. अपेक्षा इतरांनी पूर्ण केल्या नाहीत, म्हणूनच दुःखाचं कारण इतर कुणीतरी आहे.

ध्यानसूत्रात ओशो म्हणतात: "तुम्ही जर दुःखी आहात, तुम्हाला हे जाणवतं की दुःख आहे, तर ते झेलत पुढे जाऊ नका, ते दुःख सहन करत राहू नका. त्या दुःखाच्या विरोधात उभे राहा, ते दुःख विसर्जित करण्यासाठी काही उपाय करा. साधारण मनुष्य दुःख असल्यावर जे काम करतो आणि साधक जे काम करतो, त्या दोन्हींमध्ये खूप लहानसा फरक आहे. जेव्हा साधारण व्यक्तीसमोर दुःख उभं राहतं तेव्हा ती व्यक्ती ते दुःख विसरण्यासाठी उपाय करते. जेव्हा साधकासमोर दुःख उभं राहतं, तेव्हा तो ते दुःख मिटवण्यासाठी उपाय करतो.

दुनियेत दोन प्रकारचे लोक आहेत. पहिला प्रकार म्हणजे ते लोक जे दुःख विसरण्याचा प्रयत्न करत आहेत आणि दुसरे ते लोक जे दुःख मिटवण्याचा प्रयत्न करत आहेत.

देव करो, तुम्ही पहिल्या प्रकारात न येता दुसऱ्या प्रकारात या. विसरण्याचा प्रयत्न करताहेत, पत्ते खेळताहेत, जुगार खेळताहेत किंवा अन्य कुठल्या उपद्रवात व्यस्त आहेत जिथे स्वतःला विसरून जाता येईल, जेणेकरून तुम्हाला याची आठवण राहणार नाही की आत खूप दुःख आहे.

'दुःख विसरल्याने मिटत नाही - कुठलीही जखम लपवल्याने ती मिटत नाही." "जखमा लपवू नका. त्या उघड्या करा आणि आपलं दुःख प्रकट करा, ते विसरण्याचा प्रयत्न करू नका. ते उघड करा, जाणून घ्या आणि ते मिटवून टाकण्याचा प्रयत्न करा."

ओशोंच्या आदेशानुसार आपण दुःख प्रकट करत नाही, दारू पितो, नशा करतो, दुःख आणि स्वतःला विसरून जाण्यासाठी. पण तो दुःखातून मुक्त होण्याचा योग्य मार्ग नाहीये. दुःखाच्या प्रती असलेली मनस्थिती, विचार यांच्यात फायदेशीर बदल करण्याचा मूलमंत्र आहे: दुःखाच्या प्रती जागे व्हा. दुःखाच्या प्रती जागे होण्याचा मार्ग आहे "ध्यान". सक्रिय ध्यान अत्यंत परिणामकारक आहे. दररोज एक तास सकाळी समूहात सक्रिय ध्यान करण्यासाठी या. दुःख, पीडा, तणाव, क्रोध, ईर्ष्या, संताप असे गायब होतात, जसे सूर्य उगवताच दवबिंदू. तणाव आणि लठ्ठपणापासून सुटका होताच पूर्ण दिवस आनंदात जातो, आयुष्य जगण्याची बीजं सुद्धा पेरली जातात. आम्ही अशी कामना करतो की तुम्ही दुःख विसरण्याऐवजी दुःखाप्रती जागरणाचा प्रयत्न कराल जो देवीच्या जागरणापेक्षा जास्त महत्वाचा आहे.

19.

तणावमुक्त जीवन जगण्याच्या सात किल्ल्या

- काही गोष्टी तणाव निर्माण करतात. काही गोष्टी एकतानता घेऊन येतात.
- तुम्ही 'संपूर्णा'सोबत एकतान होऊ शकता, किंवा तुम्ही संपूर्णासोबत संघर्ष करून द्वंद्वात राहू शकता. एकतानता, स्वाभाविकपणेच, गहन मौन, आनंद आणि प्रफुल्लितपणा प्रदान करते. द्वंद्वाचा परिणाम आहे दुःख, विषाद, तणाव आणि त्रास.
- जेव्हा मी म्हणतो, पुरे व्हा, माझा आशय असतो की प्रत्येक गोष्टीच्या प्रती खुले राहा. माझ्या म्हणण्याचा असा अर्थ आहे की काहीही बनण्याचा प्रयत्न करू नका कारण काही आणखी बनण्याच्या प्रयत्नानेच नुसते तुम्ही भरकटून जाल, तुम्ही तणावपूर्ण व्हाल, तुम्ही अवजड व्हाल, आणि तुम्ही बंद राहाल. तुम्ही तेव्हाच खुलता, जेव्हा तुम्ही जे काही आहात, त्याचा स्वीकार करता. तुम्ही जे काही आहात, त्यापेक्षा वेगळं काही बनण्याचा प्रयत्न करू नका.
- वर्तमान क्षण म्हणजे भूतकाळाची बेरीज आहे आणि सगळ्या भविष्याची सुरुवात. प्रत्येक क्षण भूतकाळ आणि भविष्याचा मिलन बिंदू आहे. कुठल्याही तणावाविना जर तुम्ही दोन्हींच्या प्रती एकत्र सचेत झालात तर तुमच्यात एक सहजता येईल. तुम्ही खूप बोधपूर्ण आणि सहज व्हाल.
- ध्यान एक अशी गुणवत्ता आहे, जी तुम्ही जेव्हा आनंदित असता, गंभीर नसता तेव्हा सहजपणे उमलते. पत्ते खेळणं, जुगार खेळणं, कामकाज यातलं काहीही ध्यान बनू शकतं. त्याला एकाच गोष्टीची जोड लागते, ती म्हणजे - गंभीर नसणं, खेळकर राहणं. तेव्हा मग तुमच्या आत कुठल्याही प्रकारचा तणाव निर्माण होत नाही, कुठल्याच प्रकारचा थकवा निर्माण होत नाही. तुम्ही विश्रांत राहता.

- आपल्या आत विश्राम करा, स्वतःत विश्रांत होऊन जा. स्वतःचा आनंद घ्या, स्वतःचा उत्सव साजरा करा. काहीतरी वेगळं बनण्याच्या प्रयत्नात वेळ व्यर्थ घालवण्यापेक्षा काहीच करू नका. तेव्हा सगळा थकवा संपून जातो. तेव्हा तणाव शक्य नसतो. चिंता येऊ शकत नाही, कारण तुम्ही विषादाचं मूळच कापून टाकलं. तेव्हा जीवन गुलाबासारखं सुंदर होतं आणि ताऱ्यांसारखं प्रकाशमान होतं.
- तणावाचा शिडीसारखा वापर करता येऊ शकतो. ती एक सृजनात्मक शक्ती बनू शकते, सृजनात्मक ऊर्जा. आधी तिचा स्वीकार करा, तिच्यासोबत संघर्षाची काहीच आवश्यकता नाही. स्वीकार करा, ती पूर्णपणे ठीक आहे.
- आपल्या जीवनात कदाचित काळ म्हणजे सर्वात जास्त गहिरा तणाव आणि त्रास आहे. काळ म्हणजे माणसाचं द्वंद्व, व्याकुळता आणि विषाद आहे. काळासोबत जगण्याचा अर्थ आहे, दोन ध्रुवांच्या मध्ये ओढाताण होणं - भूतकाळ आणि भविष्य. काळ आपल्या आत अगदी तेवढ्याच प्रमाणात असतो जितकी आपली बेशुद्धी किंवा आपली मनोवैज्ञानिक झोप. त्याच्यानंतर जेव्हा आपण संपूर्णपणे बोधपूर्ण, सजग होतो, तेव्हा काळ समाप्त होतो. जागरणाची आग काळाला जाळून टाकते.

MARATHI BOOKS